AF659774

ધર્મ અને રાજનીતિ

જીવનમાં સક્રિય શક્તિ, જીવનને બદલવાની સક્રિય ચળવળ, જીવનને ચલાવવા અને સર્જન કરવાની વ્યવસ્થા, એ બધાનું નામ રાજકારણ. રાજકારણમાં અર્થ અને શિક્ષણ છે. રાજકારણમાં પણ આપણા પારિવારિક સંબંધો છે. રાજકારણની અંદર આપણા જીવનના તમામ પરસ્પર સંબંધો છે.

પરંતુ ભારતની કમનસીબી એ સમજવી જોઈએ કે હજારો વર્ષોથી રાજકારણ અને ધર્મ વચ્ચે કોઈ સંબંધ નથી. ભારતમાં રાજનીતિ અને ધર્મ બંને એકબીજાના વિરોધી રહ્યા છે - એકબીજા તરફ પીઠ ફેરવીને ઊભા છે.

અને આ માત્ર આજની વાત નથી, હજારો વર્ષોથી આવું થઈ રહ્યું છે અને આપણે તેના પરિણામો પણ ભોગવી રહ્યા છીએ. એક હજાર વર્ષની ગુલામી એ તેની પ્રતિકૂળ અસર છે.

\- ઓશો

ધર્મ અને રાજનીતિ

ઓશો

ગુજરાત પુસ્તકાલય સહાયક સહકારી મંડળ લિ.
૧૧, ઈલોરા કૉમર્શિયલ સેન્ટર, પહેલો માળ, રીલીફ સીનેમા પાછળ.
અમદાવાદ-૩૮૦ ૦૦૧.
ફોન : ૨૫૫૦ ૬૯૭૩
E-mail : gpssmltd@yahoo.com

ડાયમંડ બુક્સ
www.diamondbooks.in

પ્રકાશક : ડાયમંડ પૉકેટ બુક્સ (પ્રા.) લિ.
X-30, ઓખલા ઇંડસ્ટ્રિયલ એરિયા, ફેઝ-II,
નવી દિલ્હી-110020
ફોન : 011- 40712200
ઈ-મેઈલ : wecare@diamondbooks.in
વેબસાઈટ : www.diamondbooks.in
સંસ્કરણ : 2025

ધર્મ અને રાજકારણ (Dharma Ane Rajkaran)
Dharm Aur Rajneeti (Gujrati)
by *OSHO*

અનુક્રમણિકા

ઓશો પરમ શુભેચ્છક છે, અસ્તિત્વની ધૂન છે. તેમની દયાના સમર્થનથી માનવતા ધન્ય છે.

ઓશો, જે ન તો જન્મ્યા હતા કે ન તો મૃત્યુ પામ્યા હતા, તેઓ 11 ડિસેમ્બર 1931 થી 19 જાન્યુઆરી 1990 સુધી આ ગ્રહ પૃથ્વી પર માત્ર મુલાકાતી હતા.

પ્રસ્તુત ઉપદેશ એ તેમની સામે હાજર શ્રોતાઓ માટે ઓશોનો સ્વયંભૂ પ્રતિભાવ છે, જેનું મૂલ્ય શાશ્વત છે અને દરેક મનુષ્ય સાથે સંબંધિત છે.

1

ક્રાંતિની વૈજ્ઞાનિક પ્રક્રિયા

પ્રશ્ન: લાંબા સમયથી સમાજમાં પ્રવર્તતી અસંતોષની લાગણી અને આજે જે વાતાવરણ ઊભું થયું છે તે જોતાં ભારતમાં હવે સંપૂર્ણ ક્રાંતિની શક્યતા ઊભી થઈ છે એવું ચોક્કસ મનાય છે. આ બાબતે તમારું શું કહેવું છે?

તે એક મુશ્કેલ પ્રશ્ન છે. ભારતનું આ પાંચ હજાર વર્ષ જૂનું માળખું કે બંધારણ ક્રાંતિથી સાવ વિરુદ્ધ છે. કદાચ દુનિયાનો કોઈ સમાજ આપણા સમાજ જેટલો ક્રાંતિ વિરોધી નથી અને તેથી જ આપણે ક્યારેય કોઈ ક્રાંતિ કરી નથી. જો આપણે આ પાંચ હજાર વર્ષ જૂના માણસને જોઈએ, તેના મનને જોઈએ, તો આપણને હંમેશા લાગે છે કે સંપૂર્ણ ક્રાંતિ થશે, સંપૂર્ણ ક્રાંતિ થશે. પણ જો બીજી બાજુથી જોઈએ તો પાંચ હજાર વર્ષથી કોઈ ક્રાંતિ થઈ નથી, તો કાં તો માળખું ક્રાંતિ વિરોધી છે અથવા માળખાંની અંદરની ભારતની આત્માઓ ક્રાંતિની તરફેણમાં નથી. પાંચ હજાર વર્ષની ચુસ્તતાને કારણે અંદરથી એક પ્રતિક્રિયા પણ ગાઢ બનવા લાગી છે. જો તે પ્રતિક્રિયાનો ઉપયોગ કરી શકાય, તો કદાચ ભારત એકમાત્ર એવો દેશ છે જ્યાં ક્રાંતિ થઈ શકે છે. અને બીજા કોઈપણ દેશમાં ક્રાંતિ થઈ જ નથી.

આમાં બે વસ્તુ છે અને બંને થઈ છે. જો આપણે માળખાને જોઈએ તો માળખું તો એવું છે કે તે ક્રાંતિ વિરોધી છે, પરંતુ પાંચ હજાર વર્ષના માળખાંની પીડા પણ આપણી સાથે છે. અને માળખાં પાછળ વિરોધ વધી રહ્યો છે અને માળખાને તોડવાનું બીજ અંદર અંકુરિત થવા લાગ્યું છે. અને આ પાંચ હજાર વર્ષ લાંબી પ્રતિક્રિયા છે. તે વિસ્ફોટ પણ કરી શકે છે, કારણ કે જ્વાળામુખી સામેથી દેખાય છે અને ઉપરથી જોઈને કોઈ કહી શકતું નથી કે આગ ફાટવાની છે. સપાટી પર બધું શાંત છે, પક્ષીઓ ગાય છે અને સૂર્ય ઊગ્યો છે, તે ચમકી રહ્યો છે અને ક્યાંય કોઈ વિક્ષેપ નથી, પરંતુ અંદર એક ખલેલ ભેગી થઈ રહી છે. તે જ્વાળામુખી પણ ફાટી શકે છે. અને જે જ્વાળામુખી હંમેશા ફાટતો રહે છે તેનાથી બહુ ખતરો નથી, પરંતુ જે જ્વાળામુખી પાંચ હજાર વર્ષથી શાંત છે.

હા, જો તે ફાટશે તો તે જોરદાર વિસ્ફોટ કરશે.

મારા અનુભવમાં બે બાબતો છે. આપણું માળખું ક્રાંતિ વિરોધી છે,

પરંતુ આપણો આત્મા ધીમે ધીમે માળખાંની વિરુદ્ધ બન્યો. જો આપણે તેના પર ધ્યાન આપીશું તો આશા છે કે આ દેશમાં ક્રાંતિ આવશે અને તે પૂર્ણ અને પરિપૂર્ણ થશે. જો ભારતમાં ક્રાંતિ થવાની છે, તો તે પૂર્ણ રૂપે થશે - ફક્ત એક જ વાર, આપણે જૂનામાંથી સંપૂર્ણપણે છૂટકારો મેળવીશું. ગંભીર બળવો થશે, સામાન્ય બળવો નહીં. તે સરળ ન હોઈ શકે, તે આપણી આટલી જૂની ગણતરી છે.

બંને બાબતો દેખાઈ રહી છે, પરંતુ આપણી આશા બીજી વસ્તુ પર જ બંધાયેલી છે કે ક્રાંતિ થઈ શકે છે અને જો તે દિશામાં મજબૂત પ્રયાસો કરવામાં આવે તો ભારત મોટી ક્રાંતિ કરી શકે છે. તેણે ક્યારેય કરી નથી, તે પાક્કું છે. પરંતુ કરી નથી, તે આ ઘટનાને બનવામાં પણ મદદ કરી શકે છે, પરંતુ આપણું મન ઘણા વિરોધી ભાગોમાં વહેંચાયેલું છે.

મને યાદ છે, મારા ગામમાં એક મુસ્લિમ પરિવાર હતો, નવાબોનો ખૂબ જ કુલીન પરિવાર. તેઓ તેમના પરિવારના સભ્યોને ક્યારેય કોઈની સાથે રમવા અથવા ફરવા ન દે. તેને ખૂબ જ ચુસ્તપણે બાંધી રાખે. તેમનો એક પુત્ર મેટ્રિક સુધી મારી સાથે ભણ્યો. તેણે ક્યારેય કોઈ ફિલ્મ જોઈ નથી, તેણે ક્યારેય કોઈ છોકરી સાથે વાત કરી નથી. તેના કોઈ મિત્રો ન હતા. તેને કાર દ્વારા શાળાએ છોડી જાય અને ડ્રાઈવર કાર સાથે ઉભો રહે. તેને વર્ગના દરવાજે બેસાડીને ઘરે લઈ જાય. પછી તે કોલેજ પહોંચ્યો. જ્યારે હું કૉલેજમાં ગયો ત્યારે મેં જોયું કે તે ઊંધુંચત્તુ થઈ ગયું હતું, સંપૂર્ણપણે ઊંધું થઈ ગયું હતું, બરાબર ઊલટું. દારૂ અને વેશ્યાવૃત્તિ સિવાય બીજું કંઈ કરવાનું બાકી નહોતું. તે છ વર્ષ સુધી ઇન્ટરમીડિયેટમાં નાપાસ થતો રહ્યો. અંતે પિતાએ તેને પાછો બોલાવવો પડ્યો. તેના પિતાએ મને કહેવાનું શરૂ કર્યું કે તેની આવી અપેક્ષા ન હતી. મેં કહ્યું, આ બંને શક્યતાઓ હતી. તેના પર જે કડક માળખું મૂકવામાં આવ્યું હતું. આ આશા તેની રચના જોઈને નથી બની, પરંતુ તેનું મન જે રીતે બંધારણ સામે બળવો કરવા લાગ્યું છે તેનાથી આ આશા રચાઈ છે.

આવી જ સ્થિતિ ભારતમાં છે. એક માળખું છે, અને તે આપણે ત્યાં છે. તેથી આપણે તેની વિરુદ્ધ ગયા છીએ, અને માળખું જૂનું, જર્જરિત અને અતિ જર્જરિત થઈ ગયું છે! રચના છટકી જવાની કોશિશ કરશે, બનતા પ્રયત્નો કરશે!

પ્રશ્ન: શું તે પોતાની જાતને સુધારવાનો પ્રયત્ન કરશે?

તે સુધારવાનો પણ પ્રયાસ કરે છે, તે પણ રક્ષણ માટે. મારો મત છે કે જો મોરારજી સત્તામાં રહેશે તો કોંગ્રેસ જલ્દી મરી જશે, જો ઈન્દિરા શાસક બનશે તો તે વધુ દસ વર્ષ જીવશે. ઇન્દિરા અંદરથી તેને સુધારવાનો

પ્રયાસ કરી રહી છે અને સમાજવાદના નારા તેને ફરી એકવાર બળ આપશે. દસ વર્ષ પછી તે ફરીથી દોરી શકાય છે. માળખું છેલ્લું સંરક્ષણ છે. સૌ પ્રથમ, માળખું જેમ છે તેમ રહેવાનો પ્રયાસ કરે છે. જ્યારે તેને લાગે છે કે બધું અશક્ય બની ગયું છે, ત્યારે માળખું પોતે જ ક્રાંતિની વાત કરવાનું શરૂ કરે છે, જે સંપૂર્ણપણે ખોટું છે. નેહરુ પણ આ દેશ સાથે આવું જ કરતા રહ્યા અને નેહરુ કોંગ્રેસને બચાવી શક્યા. દીકરી ફરી બાપની જૂની યુક્તિ કરે છે અને તે માત્ર સમાજવાદની વાત છે. આ ફરીથી ક્રાંતિને ફટકો આપે છે. ક્રાંતિને કોઈ દબાણની જરૂર નથી. હવે આપણે જેની સાથે લડવા જઈ રહ્યા છીએ તે વ્યક્તિ સમાજવાદ લાવવા તૈયાર છે, વાત પૂરી થઈ ગઈ છે અને પછી ક્રાંતિની વાત ઢીલી પડી જશે અને માળખું ફરીથી પોતાની સંભાળ લેશે. જૂનું માળખું તેની છેલ્લી સ્થિતિમાં પહોંચી ગયું છે. તેથી જ તેણે ક્રાંતિની ભાષા બોલવાનું શરૂ કર્યું છે. અને આ સૌથી ખતરનાક કેસ છે.

જ્યાં સુધી રચના સ્પષ્ટ રીતે બોલે છે ત્યાં સુધી આપણે તેની સાથે લડી શકીએ છીએ, જ્યારે તે આપણી ભાષા બોલવાનું શરૂ કરે છે ત્યારે તે ખૂબ મુશ્કેલ બની જાય છે. તે માળખું સંપૂર્ણ ઉકેલો પણ પ્રદાન કરશે. તે સમાજવાદની વાત કરશે, તે ક્રાંતિની વાત કરશે અને તે નવા મૂલ્યોની વાત કરશે અને આ બધું એવું હશે કે આપણે જૂના મકાનને તૂટી પડતું બચાવવા માટે તેને નવો રંગ આપીએ છીએ, આપણે નવા મકાનની ટોચ પર સિમેન્ટનો માળ મૂકીએ છીએ. દિવાલની તિરાડો ભરો અને કહો કે બધું નવું થઈ ગયું છે, ક્યાં જૂનું છે! ફ્રેમવર્કનો આ છેલ્લો પ્રયાસ છે. ભારતીય માળખું પણ તે પ્રયાસ કરશે. આપણે આ ઘણી વખત કર્યું છે.

બુદ્ધે આ દેશને વૈચારિક ક્રાંતિ આપી. શંકરે એ આખી રચના સ્વીકારી અને તેને હિંદુ ધર્મ બનાવી દીધો અને બુદ્ધની ક્રાંતિનો અંત આવ્યો. તેઓએ બુદ્ધને મૂળમાંથી કાપી નાખ્યા. શંકરે કહ્યું, આ બધું આપણા વેદાંતમાં છે અને શંકરે બળજબરીથી સમગ્ર બૌદ્ધ વિચાર વેદાંતમાં થોપ્યો, જે ક્યાંય ન હતો. તેણે બધું સમજાવ્યું અને કહ્યું કે તે વેદાંતમાં છે. આપણે બચી ગયા. આપણે બુદ્ધને ઉખેડી નાખ્યા. તે એવી રીતે જડમૂળથી ઉખડી ગયું છે કે જ્યાં બુદ્ધ જેવા માણસનો જન્મ આ દેશમાં થયો હતો, તેના મંદિરમાં પૂજારી પણ નહોતો. મંદિરનો પૂજારી પણ મળવો મુશ્કેલ બની ગયો. આ રીતે બૌદ્ધ વિચાર અહીંથી સમાપ્ત થયો અને તેને સમાપ્ત કરવા માટે આપણે આ યુક્તિ અપનાવી કે આપણે તરત જ બુદ્ધની ભાષાને હિંદુ ભાષામાં રૂપાંતરિત કરી.

આપણે આ પ્રયાસ કરીશું. ભારતે પહેલા પણ આવો પ્રયાસ કર્યો છે, તેથી આપણે પ્રયત્ન કરીશું. આપણે કહીશું કે આપણી આખી સંસ્કૃતિ

ક્રાંતિકારી છે. સામ્યવાદ એમાં છે, સમાજવાદ એમાં છે, એમાં બધું છે. ગાંધી અને વિનોબા આ પ્રયાસમાં રોકાયેલા છે, અરવિંદ પણ આ પ્રયાસમાં રોકાયેલા છે. અહીં, પશ્ચિમમાં જે કંઈ નવું બન્યું છે, તેનો અમારા પુસ્તકમાં તરત જ ઉલ્લેખ કરવાની વૃત્તિ છે. જો વિમાન બનાવવામાં આવી રહ્યું છે, તો તે આપણા વેદોમાં પહેલેથી જ છે. અને હવે વિજ્ઞાની ચંદ્ર પર પહોંચી ગયો છે, તો આપણા પંડિતે એ શોધવાનું શરૂ કર્યું હશે કે આપણે કઈ રીતે યુક્તિ શોધી શકીએ, આપણે શાસ્ત્રોમાંથી અર્થ કેવી રીતે કાઢી શકીએ જેથી ચંદ્ર પર પહોંચવાની આ વાત નવી ન રહે અને આપણે કહી શકીએ કે આપણે શાસ્ત્રોમાંથી અર્થ કેવી રીતે કાઢી શકીએ. ચંદ્ર પર પહોંચનારા પહેલા લોકો પહોંચી ગયા હતા. તે આપણે કરીશું, અને આપણે આ માટે ખૂબ જ સભાન રહેવાની જરૂર છે કારણ કે તે ખૂબ જ કપટી બાબત છે, તેને ઓળખવી મુશ્કેલ છે.

તેથી ભારતે આપણને બે બાબતો અંગે ચેતવણી આપવાની જરૂર છે. એક તો એ કે માળખું તોડવું પડશે અને બીજું એ કે માળખું પોતાને બચાવવા માટે ક્રાંતિની ભાષા બોલશે, આપણે આ બાબતે જાગૃત રહેવું પડશે. પરંતુ આશા છે, આશા રાખવાના અન્ય કારણો છે. તેનું મોટું કારણ એ છે કે છેલ્લા ત્રણ હજાર વર્ષથી ભારત - ત્રણસો-ચારસો વર્ષ સિવાય અહીં અને ત્યાં - એક બંધ દેશ હતો. તેનો દુનિયા સાથે કોઈ સંબંધ નહોતો. આપણે આપણી જાતથી સંતુષ્ટ હતા અને સ્વતંત્ર હતા અને આપણને તોલવાનો કોઈ રસ્તો નહોતો. પરંતુ હવે તમામ માપ અને વજન સ્પષ્ટ છે. આખી દુનિયામાં જે થઈ રહ્યું છે તેને હવે ટાળી શકાય નહીં. તે બધું અહીં હશે અને તે મહાન આશા છે.

આપણી ક્રાંતિ માટે આપણને જે મોટી આશા છે તે આપણી અંદરથી ઓછી આવી રહી છે. જે આપણી આસપાસ બહાર થઈ રહ્યું છે. તે આપણને દબાણ કરે છે. અને તે ભારતીય પ્રતિભાને ટૂંક સમયમાં જ સ્પષ્ટ થઈ જશે કે જો આપણે સમાજનું માળખું બદલવામાં નિષ્ફળ જઈશું, તો આપણે કદાચ માનવ બનવામાં નિષ્ફળ જઈશું. અન્ય દેશો આપણી છાતી પર ઉભા રહેશે. જાણે આદિવાસીઓ અને આપણી વચ્ચે અંતર છે. એ જ રીતે અમેરિકા, રશિયા અને આપણી વચ્ચે પણ તફાવત હોઈ શકે છે. આ સૂત્ર તદ્દન શક્ય હોવાનું બહાર આવ્યું તો આ ડર અને આ દબાણ અને અંદર ભેગી થયેલી પ્રતિક્રિયાને કારણે કંઈક થઈ શકે છે, કંઈ પણ થઈ શકે છે.

પ્રશ્ન: આવી ક્રાંતિ માટે કોઈ સંસ્થા હોવી જોઈએ?

ચોક્કસ સંસ્થા હોવી જોઈએ. સંસ્થા હશે, પરંતુ આવી ક્રાંતિમાં સંસ્થા ભાગીદાર હોય છે. મર્યાદા પહેલા સંસ્થા અવરોધ બની જાય છે. સૌ પ્રથમ

હવા હોવી જોઈએ, કારણ કે હવા વધુ ક્રાંતિકારી છે અને સંસ્થાઓ એટલી ક્રાંતિકારી નથી, કારણ કે સંસ્થાની રચના થતાં જ સંસ્થામાં નિહિત સ્વાર્થ શરૂ થઈ જશે. તેથી ક્રાંતિનો પહેલો મુદ્દો પવનને બાંધવાનો છે, સંસ્થાનો નહીં. એ હવામાંથી સંસ્થાઓનો જન્મ થાય છે. જેમ કે તે રશિયામાં થયું હતું. રશિયાની હવા શૂન્યવાદની હતી. તે માત્ર હવા હતી, તેની કોઈ સંસ્થા નહોતી. કારણ પવન હતો, કોઈ સંગઠન નહોતું, કોઈ વલણ નહોતું - જે બધું નકારતું હતું - આ પણ ખોટું છે, તે પણ ખોટું છે, બધું ખોટું છે. જૂનું બધું ખોટું છે, આવી હવા હતી. આ હવા ગાઢ બની. તે માત્ર હવા હતી, તેનો કોઈ સ્વાર્થ નહોતો, કારણ કે પવનને જ્યાં બેસવાનું હતું તેના પોતાના કોઈ મૂળ નહોતા. તે માત્ર એક સરળ વાતાવરણ હતું. આ સરળ વાતાવરણે સમગ્ર દેશના આત્માને પકડી લીધો હતો. જલદી વિચાર પકડે છે, તે એક ક્રિયા બનવા માંગે છે. વિચાર પકડતાની સાથે જ તે ક્રિયા બનવા માંગતો હતો. તમારે તેને બનાવવાની જરૂર નથી. એકવાર કોઈ વિચાર પકડાઈ જાય પછી તે સરળતાથી સક્રિય થઈ જાય છે.

તેથી વસ્તુઓ હવામાંથી આવે છે અને સંગઠન હવાની સામે આવવું જોઈએ નહીં, જેમ ભારતમાં થયું છે. ભારતમાં ક્રાંતિના નામે સંસ્થાઓની સ્થાપના થઈ. તેમની પોતાની રુચિઓ છે. હવા નથી. જો હવા ન હોય તો તે ‹આ› પાર્ટી છે, ‹તે› પાર્ટી છે. તેઓ સાથે મેળવે છે કારણ કે તેમની પોતાની રુચિઓ છે. અને મજા તો એ છે કે જો એમણે પોતાના હિતોને અનુસરીને સંસ્થાને ચલાવવી હોય તો જેમની સામે કામ કરવાનું હોય તેમનો સહારો લેવો પડે છે. તો આ કેવી રીતે થશે? તેથી ધીમે ધીમે, જેમની સામે ક્રાંતિ થવાની છે તેમનો સ્વાર્થ સંગઠનને દબાવી દે છે, પછી ભલે તે સામ્યવાદી હોય, સમાજવાદી હોય, આમ-તેમ હોય કે ગમે-તેમ હોય. અંતે તેની પાછળ પણ એ જ પ્રશ્ન ઊભો થાય છે.

તેથી હું માનું છું કે અત્યારે આપણે સંસ્થાની વીસ વર્ષ સુધી વાત ન કરવી જોઈએ. મુક્ત અને ખુલ્લી હવા ઉભી કરવી જોઈએ. અને એકવાર પવન ઉત્પન્ન થાય, પછી પચ્ચીસ સંસ્થાઓ બનાવવામાં આવશે. તેથી મને સંસ્થામાં રસ નથી. હું જાણું છું કે સંગઠન વિના ક્રાંતિ નથી, પરંતુ હવા વિના સંગઠન નથી. અને આ તે પ્રક્રિયા છે જેના દ્વારા તે આદત બની જાય છે, નકારવાનું નિયમિત વલણ, ‹ના› કહેવાની. ‹ના› - નકારની હવા નથી, ‹હા› કહેવાની આવી જૂની આદત છે, તેને હું તોડવા આતુર છું. અને હું માનું છું કે આ એક નવું કામ હોઈ શકે છે. જો તે તૂટી જાય અને પવન એક થઈ જાય, તો આ પવનથી સંસ્થાઓનો નાશ થઈ શકે નહીં, પરંતુ એક વાર પવન એક થઈ જશે તો પવન સંસ્થાઓને બચાવશે અને પછી વિરોધીને ટેકો આપવો પડશે નહીં.

હવે સમસ્યા એ છે કે જો મારે આજે સંગઠન બનાવવું હોય તો મારો સંપૂર્ણ અભિપ્રાય તેની વિરુદ્ધ હશે જેની મદદથી હું તેને બનાવીશ. પછી તે મુશ્કેલીમાં મુકાઈ ગયો. તેઓ તમામ શરતો સાથે દેખાય છે. સંસ્થા બનાવવી પડે પણ તેઓ ક્રાંતિમાં માનતા નથી. ક્રાંતિ કરવી હોય તો સંગઠન બનાવવું પડે પણ તેઓ ક્રાંતિમાં માનતા નથી. જો આપણે ક્રાંતિ ચલાવવી હોય તો સંગઠન બનાવવું પડશે. તેથી જ મને સંસ્થાઓમાં જરાય રસ નથી, કારણ કે સંસ્થાઓ વિના ક્રાંતિ ક્યારેય થતી નથી. પરંતુ કેટલાક લોકોમાં એવી હિંમત હોવી જોઈએ કે તેઓ સંગઠનો ન બનાવે જેથી તેઓ પવન ફેલાવે, અને તે તેમનું કામ છે. સંગઠન પણ ક્રાંતિકારી બની શકે તેવું ઉગ્ર વાતાવરણ આપણે ઊભું કરવાનું છે.

પ્રશ્ન: શું નક્સલવાદીઓની ક્રાંતિની દિશા યોગ્ય છે?

ના, હું એવું માનતો નથી. તેથી, હું માનતો નથી કે નક્સલવાદી માત્ર એક પ્રતિક્રિયા છે - ક્રાંતિ નથી. ક્રાંતિ અને પ્રતિક્રિયા વચ્ચે મોટો તફાવત છે. નક્સલવાદી એ જૂની રચના સામે ગુસ્સે ભરેલી પ્રતિક્રિયા છે. તે ગુસ્સો એટલી હદ સુધી પહોંચી ગયો છે કે તેને શું કરવું, શું છોડવું તે સમજાતું નથી. તે અંધ બની ગયો છે. આંધળો ગુસ્સો પણ ખતરનાક સાબિત થઈ શકે છે. એક આંધળો કન્ફર્મિસ્ટ અંધ ક્રાંતિકારી જેટલો ખતરનાક છે. અને નક્સલવાદી ઘટના એ ક્રાંતિ નથી અને ફિલસૂફી નથી. તે એક મજબૂત પ્રતિક્રિયા છે, જે એકદમ જરૂરી હતી. તેથી, તે ગરીબ લોકો નક્સલવાદીઓ બનાવવા માટે એટલા જવાબદાર નથી જેટલા આપણે છીએ. તેઓ એકદમ નિર્દોષ છે.

હું તેમને જરા પણ જવાબદાર માનતો નથી. હું તેમને કોઈ ટીકાને લાયક નથી માનતો, કારણ કે જેઓ જવાબદાર છે તેમની ટીકા થવી જોઈએ એમ હું માનું છું. આપણે જવાબદાર છીએ.

છેલ્લા પાંચ હજાર વર્ષમાં આપણે સહેજ પણ ક્રાંતિ કરી નથી, સહેજ પણ બદલાયા નથી, આપણે સાવ મરી ગયા છીએ. તો આ મૃત દેશ સાથે કંઈક આવું જ થવાનું છે. પરંતુ તે શુભ નથી. અને તેને ક્રાંતિ ગણીએ તો ખતરો છે. પ્રતિક્રિયાશીલ હંમેશા પ્રતિકૂળ હોય છે અને તમે જે કરો છો તેનાથી વિરુદ્ધ કરે છે. આપણો સમાજ જ્યાં છે ત્યાં પ્રતિક્રિયાશીલ છે. બસ ઊલટું થાય છે. તે શીર્ષાસન કરે છે. એવું લાગે છે કે આપણે અહીં જે કરી રહ્યા છીએ તેનાથી વિપરીત છે. તમે જ્યાં છો તેના કરતાં તે ક્યારેય વધુ ઊંડાણમાં જઈ શકતો નથી, કારણ કે તે તમારી પ્રતિક્રિયા છે. જો તમે મારી સાથે દુર્વ્યવહાર કરશો અને હું પણ તરત જ અપશબ્દો બોલીશ, તો તમારો અને મારો દુર્વ્યવહાર એક જ સ્તર પર હશે, કારણ કે તે જ રીતે હું પણ દુર્વ્યવહાર કરું છું, તેથી હું પણ ઊંડો નથી બની શકતો, વધુ

ઊંડો બની શકતો નથી. નક્સલવાદી ભારતમાં પોતાનો પ્રભાવ વધુ ઊંડો કરવા માટે કંઈ કરી શકશે નહીં. નક્સલવાદીઓ માત્ર રોગના લક્ષણો છે. રોગ પૂર્ણ થઈ ગયો છે અને જો તમે હવે બદલો નહીં, તો આ જ થશે. તેનો અર્થ એ છે કે, આ પણ ઘણું છે, આ પણ મારી દૃષ્ટિએ ઘણું છે. પણ જો તમે નહીં બદલો અને બીજો કોઈ રસ્તો નહીં છોડો, ક્રાંતિ નહીં આવે તો આ પ્રતિક્રિયા આવશે.

હવે દેશ સમક્ષ બે વિકલ્પ ઊભા છે - કાં તો તમે ક્રાંતિ માટે ફિલોસોફિકલ માર્ગ, વૈચારિક પરિમાણ વિશે વાત કરો અને ક્રાંતિને એક સિસ્ટમ આપો અને ક્રાંતિને ક્રિએટેડ પોસ્ટ બનાવો. જો તમે તે નહીં કરો તો હવે આ થશે એટલે કે નક્સલવાદીઓ આપણી વર્તમાન સામાજિક વ્યવસ્થાનો બીજો ભાગ છે. આ બંનેએ જવું જોઈએ. સમાજને પણ જવું જોઈએ અને તેની પ્રતિક્રિયા પણ જવી જોઈએ, કારણ કે સમાજને ટેકો આપવો એ મૂર્ખામી જ હતી. આ પ્રવૃત્તિઓ અને ઘટનાઓ તેના ‹અંશ અને આંશિક›, કુદરતી પરિણામો છે.

સામાન્ય રીતે એવું લાગે છે કે નક્સલવાદી દુશ્મન છે. હું માનતો નથી કે તેઓ દુશ્મન છે. તે આ સમાજનો એક ભાગ છે, આ સમાજે તેને બનાવ્યો છે. જો તેણે દુરુપયોગ કર્યો હોય, તો તેણે બમણો દુરુપયોગ કર્યો છે, એક માત્ર એ જ તફાવત છે. પણ આ મન અને ચિત્ત આની સાથે જ જોડાયેલા છે. આ સમાજ ગયો ત્યારે તે પણ ગયા. જો તે ન જાય, તો આ પણ જવાના નથી. તે વધતા રહેશે.

હવે મારો મુદ્દો એ છે કે ક્રાંતિકારીને બે પ્રશ્નોનો સામનો કરવો પડે છે. સાચો વિચાર

કર્તા બે પ્રશ્નોનો સામનો કરે છે. એટલે કે કાં તો સમાજમાં ક્રાંતિ આવે છે - અને સર્જનાત્મક સ્વરૂપે - અને જો તે ન આવે તો નક્સલવાદી વિકલ્પ રહેશે. અને તે એક સુખદ વિકલ્પ નથી. તે સુખદ નથી, ઊંડું નથી, બિલકુલ ઊંડું નથી. તે આપણા સમાજના સમાન સ્તર પર છે. તે માત્ર પ્રતિક્રિયા આપી રહ્યો છે, તે જરૂરી છે. હું એમ નથી કહેતો કે તે ખરાબ છે, તે બિનજરૂરી છે. તે ન થવું જોઈએ તે ખરાબ છે, આપણે આવી વ્યવસ્થા કરવી જોઈએ.

અને તે વ્યવસ્થા ત્યારે જ કરી શકીશું જ્યારે આપણે સમગ્ર સમાજને બદલીશું. આપણે નક્સલવાદીઓને રોકી શકીશું નહીં, તેમને રોકવાનો સવાલ જ નથી. આખો સમાજ તેને બનાવી રહ્યો છે. તેના મૂળિયા તેને બનાવી રહ્યા છે, તેની ન બદલવાની આકાંક્ષા તેને બનાવી રહી છે, તેનું જૂનું માળખું તેને બનાવી રહ્યું છે, જો આ માળખું સંપૂર્ણપણે જતું રહે તો નક્સલવાદી તેની સાથે જાય જ છે.

નક્સલવાદી એક નિશાની છે જે દર્શાવે છે કે સમાજ એવી જગ્યાએ પહોંચી ગયો છે કે જો ક્રાંતિ નહીં થાય તો તે થશે. અને હવે સમાજે સમજવું જોઈએ.

તે જૂનું માળખું ટકી શકશે નહીં. કાં તો ક્રાંતિ આવશે અથવા આ માળખું જશે. આ બે વસ્તુ આવી શકે છે અને જો તમે રાજીખુશીથી લાવશો તો ક્રાંતિ આવશે, વિચાર કરીને લાવશો તો ક્રાંતિ આવશે, સમજી વિચારીને લાવશો તો ક્રાંતિ આવશે અને જો તમે ક્રાંતિ નહીં લાવો એ માટે મક્કમ છો તો આ વિચારવિહીન પ્રતિક્રિયા આવશે. એટલે કે, હું કહું છું કે નક્સલવાદ એ થોટલેસ રિએક્શન, વિચારહીન પ્રતિક્રિયા છે.

પ્રશ્ન: આ એક વિચારવિહીન પ્રતિક્રિયા છે પણ તેનો એક હેતુ છે... અને હેતુને જોતાં ધારો કે, સમાજની માનસિકતા બદલાઈ જાય તો તે ક્રાંતિ છે, તો તેનો હેતુ અને ધ્યેય એ છે કે તે પ્રચલિત મૂલ્યોને પડકારે છે?

હેતુ, ધ્યેય એ જ છે કે જો તમે બીમાર હો અને તમને ખૂબ તાવ હોય. આખું શરીર ગરમ છે અને એકસો ચાર ડિગ્રીનો તાવ છે. એકસો ચાર ડિગ્રીમાં સળગવું એ માત્ર સમાચાર છે કે અંદર કોઈ રોગ છે અને આ વસ્તુ એવી છે કે તે શરીરને અસ્વસ્થ, અશાંત, ઉશ્કેરાયેલી બનાવે છે. આ તાવનો હેતુ છે. આ તાવનો હેતુ તમને જાણ કરવાનો છે કે અંદર એક રોગ છે. જો રોગ મટી જાય તો આ તાવ ઉતરી જાય છે અને જો કોઈ ઠંડુ પાણી નાખીને આ તાવ ઓછો કરવાનો પ્રયત્ન કરે તો રોગ મટે નહીં.

માણસ મરી જશે. જો આપણે માત્ર નક્સલવાદને ઠંડો પાડવાનો પ્રયત્ન કરીશું તો સમાજ મરી જશે. નક્સલવાદી તો માત્ર તાવ છે. તાવ આવવાનો હેતુ છે, પણ તાવને બચાવી શકાતો નથી, તેને નાબૂદ કરી શકાય છે.

તેનો હેતુ તમારા શરીર પર આવીને તમને સમાચાર આપવાનો છે કે જો રોગનો ઇલાજ નહીં થાય તો તમે બચી શકશો નહીં. હવે તાવ વધે છે, તે એકસો ચારથી એકસો દસ થઈ જશે. હવે રોગ ઝડપથી મટાડો. તેનો આટલો જ હેતુ છે અને જ્યારે રોગ મટી જાય છે ત્યારે તેનો હેતુ પૂરો થઈ જાય છે. પરંતુ એક ભય છે કે આપણે બીમારીને વિકલ્પ તરીકે ગણી શકીએ. એવું ન થાય કે આપણે એમ માનીએ કે આ તાવ રોગનો દુશ્મન છે. તે કોઈ દુશ્મન નથી, તે રોગનો એક ભાગ છે, તે રોગના સમાચાર છે, તે રોગ સાથે જોડાયેલ છે. એટલે રોગ છોડીને તાવ પકડવા જેવો નથી. નક્સલવાદીનો ઉદ્દેશ્ય એ નથી કે આજે આપણે સમાજની જૂની રચના છોડીને વાહિયાત વાતો કરનારા નક્સલવાદીને પકડીએ. આ એક વિકલ્પ નથી.

જાણો કે નક્સલવાદી તમારો જૂનો સમાજ બનાવી રહ્યા છે. જૂના સમાજને ખતમ નહીં કરો તો નક્સલવાદી પેદા થશે. એટલે કે, નક્સલવાદીનો એક જ હેતુ છે અને તે એ છે કે જૂનો સમાજ તેની અંતિમ ક્ષણોમાં છે, અને જો તે મૃત્યુ પામે નહીં તો તે નક્સલવાદને જન્મ આપશે અને જો તમારે આનાથી બચવું હોય તો જૂનાનો અંત લાવવાનો છે. સમાજ, તેના રોગને જાણો. આ તેની પ્રતિક્રિયા છે. તેને બચાવવાનું નથી, તેને છોડવાનું છે - તેને સમાજ સાથે જવા દેવાનું છે, બચાવવાનું નથી. તેથી, નક્સલવાદી જૂના સમાજનો દુશ્મન છે અને હું માનું છું કે તે તેનો એક ભાગ છે જે ગભરાયેલો છે, ગુસ્સાથી ભરેલો છે અને તે સમાજ જે કરતો હતો તેનાથી વિપરીત કરી રહ્યો છે. બરાબર ઊલટું કરવું. બીટલ્સ અને બીટનિકનો જન્મ જૂના સમાજ સામે પ્રતિક્રિયા તરીકે થયો હતો કારણ કે તે આજે અમેરિકા અને યુરોપમાં અસ્તિત્વ ધરાવે છે. તેઓ પણ એ જ જૂના સમાજનો ભાગ છે. જૂના સમાજનું કહેવું છે કે દરેકે કપડાં ઢાંકીને રસ્તા પર ચાલવું જોઈએ, તેથી તે રસ્તા પર નગ્ન થઈને ઊભો રહે છે.

ગિન્સબર્ગ એક બીટનિક છે, તે એક જગ્યાએ થોડી કવિતા સાંભળી રહ્યો છે. આ અમેરિકાની ઘટના છે, તે કોઈને સંભળાવી રહ્યો છે અને તેમાં નગ્ન તસવીરો, અશ્લીલ શબ્દો અને અપશબ્દો છે. એક માણસ ઉભો થાય છે અને કહે છે કે તમે શું ગાળો બોલો છો?

આ બહાદુરી નથી, થોડી બહાદુરી તો બતાવો. તે સારું છે, ગિન્સબર્ગ કહે છે! તે તેના બધા કપડા ઉતારે છે અને નગ્ન થઈને ઉભો રહે છે. તે નગ્ન ઉભો છે. તેણે કહ્યું, આ બહાદુરીનું કાર્ય છે! તમે નગ્ન થઈ શકો છો? તે સભામાં એકઠા થયેલા લોકો ત્યાંથી ભાગી ગયા હતા. લોકો દોડી રહ્યા છે - સ્ત્રીઓ, પુરુષો અને તે નગ્ન ઊભો છે.

મારું માનવું છે કે નગ્ન ઊભા રહેવાની આ લાગણી, કપડાં પહેરવાની, દબાવવાની, છુપાવવાની આ આત્યંતિક ઇચ્છા તેની પ્રતિક્રિયા છે. તે કપડાં પણ સ્વીકારે છે કારણ કે તે તેના કપડાં ઉતારીને બહાદુરી બતાવી રહ્યો છે. તે કપડાં ઉતારીને બહાદુરી બતાવે છે, આપણે બતાવીએ છીએ...! પરંતુ આ આપણો બીજો વિરોધી ભાગ છે, ડાયમેટ્રિકલી વિરુદ્ધ, ભાગ અને પાર્સલ, સંપૂર્ણપણે વિરુદ્ધ સ્વરૂપ છે, પરંતુ આપણી સાથે જોડાયેલ છે.

જ્યાં સુધી વિશ્વમાં કપડા પહેરવાની ખૂબ જ અરજ ચાલુ રહેશે ત્યાં સુધી ગિન્સબર્ગનો જન્મ થશે. જો આપણે માનવ દેહને એ રીતે નકારીશું કે આપણે તેને જોવા નહીં દઈએ, તો કેટલાક બળવાખોર છોકરાઓ જન્મશે જે કહેશે કે અમે નગ્ન ઊભા રહીશું, અમે શેરીઓમાં નગ્ન થઈશું.

અને આજે નહીં કે કાલે, એ ચોક્કસ માન્યતા છે કે છોકરા-છોકરીઓ શેરીઓમાં નગ્ન થઈને ઊભા રહેશે અને કપડાં સામે બળવો કરશે, કારણ કે અમે ખૂબ આગ્રહ કર્યો છે. કપડાં પહેરવા એ સગવડની વાત છે, તે નૈતિકતા ન બની જવી જોઈએ અને એવી કોઈ રીત ન હોવી જોઈએ કે ખુલ્લા રહેવું પાપ બની જાય.

નક્સલવાદી આપણા સમાજનો એક ભાગ છે. તે માળખાંમાંથી મુક્ત થઈ ગયો છે અને ઊંધો ઊભો છે. પણ ઊંધું ઊભું રહેવું એ ગાંડા જેવું જ છે. સમાજને બદલવો છે, સમાજે ઉલ્ટી કરવી નથી.

પ્રશ્ન: સવાલ એ થાય છે કે પાંચ હજાર વર્ષ જૂનું માળખું પહેલા હટાવવું જોઈએ કે આ નવી પ્રતિક્રિયા પહેલા દૂર કરવી જોઈએ? અને છેવટે, જે નવું છે તે સરળતાથી દૂર કરી શકાય છે, કારણ કે તે નવું છે!

ના, આ વિચારમાં ન આવવું, કારણ કે જે નવું પાંચ હજાર વર્ષ જૂનાને દૂર કરશે તે પાંચ હજાર વર્ષ જૂના કરતાં વધુ મજબૂત સાબિત થઈ રહ્યું છે, તેથી જ તેને દૂર કરી રહ્યું છે. ધ્યાનમાં રાખો, નક્સલવાદીને દૂર કરવું મુશ્કેલ બનશે. જૂનાને દૂર કરવું સરળ છે, કારણ કે જૂનું જૂનું છે અને મૃત્યુની નજીક છે, તે ફક્ત દબાણ કરવાની વાત છે. જૂના કેસને દૂર કરવું ખૂબ મુશ્કેલ નથી, કારણ કે તે

તે અંદરથી મરી જ ગયું છે અને જો નક્સલી જૂનાને કાઢી નાખે તો તેને ઘણું જીવન મળશે. પછી તેને દૂર કરવું ખૂબ મુશ્કેલ હશે. તેને દૂર કરવામાં પાંચ હજાર વર્ષ બીજા લાગી શકે છે.

મારી સમજણ એ છે કે મોરારજીને હટાવવા બહુ મુશ્કેલ નથી, જો ડાંગે સત્તા સંભાળી લે તો તેમને હટાવવા બહુ મુશ્કેલ થઈ જશે. મોરારજી મૃતશય્યા પર ઊભા છે, તેઓ મારા નથી, તેમને દૂર ધકેલી દેવામાં આવ્યા હતા, પરંતુ જે તેમને હટાવીને ઊભો રહેશે તે નવો હશે, હવે જીવતો હશે, યુવાન હશે, હવે વિજયી થશે. જ્યાં સુધી તે સંપૂર્ણપણે સડી ન જાય ત્યાં સુધી તેને દૂર કરવામાં સમય લાગશે. અને જ્યારે તમે સડેલાને દૂર કરી શકતા નથી, તો તમે નક્સલવાદીને કેવી રીતે દૂર કરશો, જે ખૂબ જ જીવંત છે. તેનો અર્થ એ કે ખૂબ કાળજી રાખવાની જરૂર છે, ખતરો ખૂબ વધારે છે.

નક્સલવાદીનો એક હેતુ છે, પરંતુ ઉદ્દેશ્યની આગળનો ખતરો પણ ઘણો મોટો છે અને હું માનું છું કે જૂની સીડી એ ભય પેદા કરી રહી છે. અને એકવાર દેશ ક્રાંતિ માટે સંમત ન થાય તો વિકલ્પ નક્સલવાદી છે અને એકવાર નક્સલવાદી આવી જશે તો તે ક્રાંતિકારીઓ માટે મોટી સમસ્યા બની જશે. ત્યાં એક જૂનો ઓર્ડર છે - પછી ભલે તે સારું હોય કે ખરાબ. અને સિસ્ટમ ચલાવવા માટે સરળ છે અને દૂર કરવા માટે

પણ સરળ છે. નક્સલવાદી પાસે કોઈ વ્યવસ્થા નથી, તે અરાજકતા છે. અરાજકતાનું સંચાલન કરવું મુશ્કેલ છે અને દૂર કરવું પણ મુશ્કેલ છે. વ્યવસ્થિત કંઈક દૂર કરવું ખૂબ જ સરળ છે. તેની એક મર્યાદા છે, સ્થાન છે. અમે જાણીએ છીએ કે તે ક્યાં છે. નક્સલવાદીઓ માટે કોઈ વ્યવસ્થા કે નિયમ નથી, તેથી તેને દૂર કરવું ખૂબ મુશ્કેલ છે. તમે કોની સાથે લડશો, તમે શું લડશો? કોઈ નિયમો નથી, કોઈ સિસ્ટમ નથી, કોઈ માળખું નથી - તમે કોની સામે લડવા જઈ રહ્યા છો? જો કોઈ સમાજમાં નક્સલવાદી જેવી વ્યવસ્થા અસ્તિત્વમાં આવે તો જૂનું માળખું પાછું આવે એવી ઘણી શક્યતાઓ છે - ક્રાંતિને બદલે આવું થાય તેવી ઘણી શક્યતાઓ છે.

અમેરિકામાં ક્રાંતિ આવવાને બદલે જૂની વ્યવસ્થા પાછી આવી છે અને લોકો કહેવા લાગ્યા છે કે આના કરતાં જૂનું સારું છે, તેનાથી જીવન મુશ્કેલ થઈ ગયું છે. અને મારો મુદ્દો એ છે કે તેઓ એક જ પાસાના બે ભાગો છે, સમાનના વિકલ્પો. જો નક્સલવાદી પરાજિત થશે તો જૂના પાછા આવશે. તેઓ જોડાયેલા છે. જો આવતીકાલે નક્સલવાદીઓ આવે અને આખો દેશ અવ્યવસ્થિત થઈ જાય, તો તે ક્રાંતિ નહીં લાવે. માત્ર એટલું જ થશે કે જૂનું માળખું જે પરાજિત થયું હતું તે ફરી ચાલશેતે ઊભા થઈને કહેશે, જુઓ, આ કંઈક નવું થઈ રહ્યું છે. પછી પાછા ફરવાની મજા આવશે.

હું માનું છું કે જો નક્સલવાદી સફળ થશે તો તે બે-ત્રણસો વર્ષમાં જૂના માળખાને પુનર્જીવિત કરશે, આનાથી વધુ કંઈ કરી શકાય નહીં. તે ક્રાંતિ નથી, તે એક પ્રતિક્રિયા છે અને તેથી ક્રાંતિનું વિઝન છે - જૂના બંધારણ અને નક્સલવાદીઓ બંને સામે લડવાનું. તેણે હજી પણ કહેવું છે કે તમે તેના એક ભાગ છો, તમે ખૂબ ગુસ્સે છો, તમે તેનો એક ભાગ છો, તમે તેના કરતા વધુ અલગ નથી. તમારી પાસેઓવિદ્રોહી શૈલી છે, પરંતુ ક્રાંતિ તમારા મગજમાં નથી, તમે મૂલ્યો વિશે વિચાર્યું નથી. એ મૂલ્યો ખોટા નથી પડ્યા, તમે માત્ર મૂલ્યોથી પરેશાન થઈ ગયા છો.

અસ્વસ્થ થવું એ એક વાત છે, ખોટું હોવું એ બીજી વાત છે. જેમ કે હું નારાજ થઈશ જો સમાજ કહે કે તમે કોઈ છોકરીને મળી શકતા નથી. હું નારાજ થઈ જઈશ અને જો હું બધા નિયમો તોડીને તે છોકરીને મળીશ અને તેને લઈ જઈશ, તો હું કોઈ ક્રાંતિ નથી કરી રહ્યો, ન તો સમાજનું માળખું તોડી રહ્યો છું, હું ફક્ત મારી સમસ્યા વ્યક્ત કરી રહ્યો છું. પ્રશ્ન એ નથી કે મને છોકરી મળે કે ન મળે, પ્રશ્ન એ છે કે સ્ત્રી-પુરુષના સંબંધોમાં જીવનની કિંમત બદલવી જોઈએ કે નહીં. મને કોઈ મળી જાય તો શું ફરક પડશે? જૂના ભાવ અલબત્ત ચાલુ રહેશે. હું જેને લઈ જવા જેવું

અનુભવું છું તેને જો હું ઉપાડીશ તો જુનો ભાવ વધુ મજબૂત થઈ જશે, આ એક ખોટી વાત છે અને આ વ્યક્તિની વાત ન સાંભળવી જોઈએ. આ એક જટિલ બાબત છે.

તો મારી દૃષ્ટિએ નક્સલવાદનો હેતુ માત્ર એટલો જ છે કે વિચારશીલ લોકોએ સમાજને કહેવું જોઈએ કે તમે હવે જૂની વાતો અજમાવશો તો આ થશે, અને તમારી સાથે આ થઈ રહ્યું છે. જો કે, જૂનો એ સમજાવવાનો પ્રયત્ન કરશે કે આ વિક્ષેપ તમારી નવી વસ્તુઓને કારણે થઈ રહ્યો છે. વૃદ્ધ માણસ એ દેખાડીને સમજાવવાની કોશિશ કરશે, આ ક્રાંતિનું ફળ છે.

અત્યારે હું જમશેદપુરના એક ઘરમાં રહું છું. એ ઘરના સભ્યો જ્યારે કલકત્તા ગયા હતા ત્યારે કલકત્તાની હાલત નાજુક થઈ ગઈ હતી. એક શેરીમાં બે લોકોએ તેને પકડી લીધો. ઘડિયાળ કાઢી અને કહ્યું તમે બીજી ખરીદી શકો છો, દુકાન નજીકમાં છે. અહીંની દુકાન દૂર નથી, તમે તેને ખરીદી શકો છો. તેઓએ મને પૂછ્યું, મેં શું કર્યું હશે? આ આવું છે

આ સીમારેખા અભદ્રતા છે. મહિલાઓના કપડા ઉતારવા અને તેમના ઘરેણાં છીનવી લેવાનું કૃત્ય અત્યંત અશિષ્ટ છે.

આ ક્રાંતિ નથી. આ કોઈ મૂલ્યમાં ફેરફાર કરતું નથી. આનો કોઈ અર્થ નથી. તેના બદલે, ડર એ છે કે જૂના મૂલ્યો વધુ મજબૂત થઈ શકે છે, કારણ કે જો નક્સલવાદીઓ જેવા જૂના લોકોને ફરીથી જૂના માળખામાં જોડવામાં આવે છે, તો તે તદ્દન મૂર્ખતા અને બર્બરતા હશે. આ જીવનને મુશ્કેલ બનાવશે. તેથી શક્ય છે કે નક્સલવાદી જૂના સંરચના માટે બળ સાબિત થાય અને તેને નબળું ન પાડી શકે, કારણ કે તે ક્રાંતિ નથી. તેથી જ મને લાગે છે કે આપણે શંકરાચાર્યની જેમ નક્સલવાદીઓથી સાવધ રહેવું જોઈએ.

બીજી વાત એ છે કે ક્રાંતિના મૂલ્યોનો ઉદય થાય અને તેનો પવન પ્રબળ બને તે માટે તાત્કાલિક સમસ્યાઓ અને તાત્કાલિક સમસ્યાઓને વીસ વર્ષ સુધી સ્પર્શવી ન જોઈએ. આ અમારા માટે પણ મુશ્કેલ છે. ક્રાંતિ એ તાત્કાલિક બાબત નથી કે આજે એક મજૂરને બે પૈસા વધુ મળશે. આ ક્રાંતિની વાત નથી, આ કોઈ મુદ્દો નથી. મજૂરની જિજ્ઞાસા આમાં રહેલી છે.

આ ક્રાંતિની વાત નથી, ક્રાંતિની વાત મૂલ્યોની છે અને મૂલ્યોની વાત લાંબી અને ઊંડી છે. વીસ, પચ્ચીસ, પચાસ વર્ષ લાગશે, કારણ કે આપણી પાસે પાંચ હજાર વર્ષની સમસ્યા છે. દેશના વિચારશીલ માણસે તાત્કાલિક પ્રશ્નોની ચિંતા કરવાનું છોડી દેવું જોઈએ. તેણે દેશમાં નકારાત્મક મન બનાવવાની ચિંતા કરવી જોઈએ જેથી નકારાત્મક, પ્રતિબંધિત મનનું નિર્માણ થાય અને ગુસ્સા વાળા મનનું નહીં. નકારાત્મક મનનું!

નકારાત્મક મન ક્રોધિત નથી, તે ખૂબ જ શાંત છે, ખૂબ જ શાંતિથી વિચારે છે અને જુએ છે કે આ મૂલ્ય વ્યર્થ ગયું છે. તેની નિરર્થકતા સમાજને બતાવવી પડશે અને તેની જગ્યાએ નવા મૂલ્યો કેવી રીતે આવી શકે તે આપણે વિચારવું પડશે.

જૂનાને તોડવું એટલું મુશ્કેલ નથી. ગુસ્સામાં તૂટી શકે છે. પરંતુ જૂનું ફરીથી ઉઠશે, કારણ કે ક્રોધ કાયમી નથી, તે થોડા સમય પછી પાછો આવે છે. વાસ્તવમાં, ઘણી વખત મને આશ્ચર્ય થાય છે કે જો હું ગુસ્સામાં તમારી સાથે દુર્વ્યવહાર કરું, તો હું એક કલાક પછી તમારી પાસે માફી માંગવા આવીશ અને જો હું ન ઇચ્છું તો પણ હું આંતરિક રીતે માફી માંગીશ અને ચોક્કસપણે પસ્તાવો કરીશ. દુરુપયોગનો બીજો ભાગ પસ્તાવો છે. જો નક્સલવાદ એ દુરુપયોગનો બીજો ભાગ છે તો સમાજમાં બહુ ફેરફાર નહીં થાય.

પ્રશ્ન: હવે હું ક્રાંતિકારી - સાચા ક્રાંતિકારી વિશે પૂછીશ. શું તમે માનો છો કે ક્રાંતિકારી ‹પાથ ઓફ વર્ચ્યુ›, નૈતિકતાના માર્ગને અનુસરે? શું ક્રાંતિકારીએ હંમેશા સત્યવાદી હોવું જોઈએ? શું તેની પાસેથી કોઈ ખોટું કરવાની અપેક્ષા ન રાખવી જોઈએ? અને જો તેની પાસે આ વસ્તુઓ હશે તો તે સમાજમાં ક્રાંતિ લાવવામાં ઝડપથી સફળ થશે?

જો કંઈક સદ્ગુણ છે, તો ક્રાંતિકારી મનમાં નક્કી કરશે કે સદ્ગુણ શું છે અને શું નથી. તો પહેલો પ્રશ્ન એ નથી કે કયો ગુણ? તે પહેલા નક્કી કરશે કે સદ્ગુણ શું છે અને શું નથી. એ પણ શક્ય છે કે આપણે જેને નીતિમત્તા અને સદ્ગુણો કહીએ છીએ તે સદ્ગુણો જ ન હોય. એ પણ શક્ય છે કે આની પાછળ અનેક અન્યાય અને અનેક અવગુણો છુપાવવાનો એક રસ્તો જ હોય અને તે માત્ર નામ હોય, છેતરપિંડી હોય. તેથી ક્રાંતિકારી મન કોઈક રીતે સદ્ગુણ શું છે તે નક્કી કરવા માંગશે. અને સદ્ગુણને ભૂલી શકાતો નથી કે ઉપેક્ષા કરી શકાતી નથી, કારણ કે જો તે ભૂલી જાય તો ક્રાંતિ અશક્ય છે.

તેથી મૂળભૂત રીતે આપણે સદ્ગુણ શું છે તે વિશે વિચારવાનું છે. જો માળખું હોવું એ ગુણ છે તો તેને ભૂલી શકાય નહીં, કારણ કે તેને ભૂલીને કોઈ ક્રાંતિ લાવી શકાતી નથી, કારણ કે આખો સમાજ તેને ભૂલીને જ ચાલે છે. અને જો કોઈ ક્રાંતિકારી ભૂલી જાય તો પણ તે આ સમાજનો એક ભાગ રહેશે. જો સત્ય બદલવું એ સદ્ગુણ છે તો ક્રાંતિકારીએ ક્યાંક ને ક્યાંક આગ્રહ રાખવો જ પડશે, પછી ભલે તે ગમે ત્યાં જાય.

હું માનું છું કે સફળતાનું મૂલ્ય પણ ક્રાંતિકારીનું મૂલ્ય નથી, એટલે કે નિષ્ફળતા માટે તૈયારી કરવી એ પણ ક્રાંતિકારીના મનનો એક ભાગ છે. વાસ્તવમાં, દરેક કિંમતે સફળ થવું એ પ્રતિક્રિયાશીલ મનનો એક ભાગ

છે. આ અનુરૂપ મન અભિપ્રાયયુક્ત મનનો એક ભાગ છે. અનુરૂપ મનને સફળતા અંતિમ ધ્યેયની જેમ દેખાય છે અને તેથી જ તે અનુરૂપ થવાનું નક્કી કરે છે, કારણ કે અનુરૂપ નક્કી કરવું સરળ છે. સમાજની વાત સાથે સહમત થવાથી હું ઝડપથી સફળ થઈ શકું છું. ક્રાંતિકારીઓ હારવા તૈયાર છે. આ તૈયારી પણ ક્રાંતિકારી મનનો એક ભાગ છે. સંપૂર્ણપણે પરાજિત થવા તૈયાર છે, પણ બિન-ક્રાંતિકારી બનવા તૈયાર નથી.

આપણે જે સમાજમાં રહીએ છીએ ત્યાં ક્રાંતિ નિષ્ફળ જઈ શકે છે, થઈ છે અને થશે. આજે સફળ થવાની કોઈ ઉતાવળ નથી. સફળ થઈ શકે છે, એટલે કે, તેણે સફળ થવાની ઈચ્છા ન રાખવી જોઈએ અને આ પહેલા

સદ્ગુણ શું છે તે તેણે નક્કી કરવું જોઈએ અને તેણે આ બધી બાબતો નક્કી કરવી પડશે, એટલે કે તેણે મૂલ્ય પર ફરીથી વિચાર કરવો પડશે, નીતિ શું છે, સદ્ગુણ શું છે!

ઉદાહરણ તરીકે, સમજો કે ગઈકાલ સુધી આ પુણ્ય માનતો હતો કે પુરુષે જે પત્ની સાથે લગ્ન કર્યા છે તેની સાથે સૂવું એ પાપ નથી. બીજી સ્ત્રી જેની સાથે તેણે લગ્ન કર્યા નથી તેની સાથે સૂવું એ પાપ છે. મૂલ્યો કહી શકે છે કે જે સ્ત્રી સાથે પ્રેમ નથી તેની સાથે સૂવું એ પાપ છે, તે પત્ની છે કે નહીં તે પ્રશ્ન નથી. તમે જેને પ્રેમ કરો છો તેની સાથે સૂવામાં કોઈ પાપ નથી, પછી તે તમારી પત્ની હોય કે ન હોય. તે કહેશે કે જે સ્ત્રી માટે મને પ્રેમ નથી તેની સાથે લગ્ન નકામા થઈ ગયા છે. વાત પૂરી થઈ ગઈ, કારણ કે પ્રેમ એ લગ્નનો અર્થ છે. વાત પૂરી થઈ ગઈ અને જો હું તેની સાથે સૂઈ જાઉં તો હું પાપી છું, ગુનેગાર છું, કારણ કે જેને હું પ્રેમ નથી કરતો તેની સાથે મારે શું સંબંધ છે? પછી તેની સાથે મારો સંબંધ એક વેશ્યા જેવો બની ગયો, તે મારી પત્ની નથી. એક ક્રાંતિકારી આ કહી શકે છે.

અમેરિકાની એક મોટી કોર્ટમાં એક છોકરીએ લખ્યું છે કે તે મા બનવા માંગે છે, પરંતુ પત્ની બનવા તૈયાર નથી. પત્ની બનવું મને અપમાનજનક લાગે છે અને માતા બનવું મને ગૌરવપૂર્ણ લાગે છે. એવું લાગે છે કે જ્યાં સુધી હું માતા નહીં બનું ત્યાં સુધી હું અસંતુષ્ટ રહીશ. તો પછી સમાજ મને શા માટે દબાણ કરે છે? મા બનવા માટે મારે પત્ની બનવું પડશે, મારા પર આ દબાણ શા માટે? એક પત્ની બનવું મારા માટે અપમાનજનક લાગે છે અને હું માતા બન્યા વિના ક્યારેય સંપૂર્ણ પરિપૂર્ણતા અનુભવી શકતી નથી. અને તમે મને માત્ર એ જ વિકલ્પ આપો કે પત્ની બન્યા વિના હું મા નહીં બની શકું અથવા જો હું આવું કરું તો મારા બાળકનું અપમાન થાય. તો મારે પૂછવું છે કે આવો અન્યાય લાદવાનો સમાજને શું અધિકાર છે?

ક્રાંતિકારી મનનો અર્થ એ થશે કે તે સદ્ગુણ પર ફરીથી વિચાર કરશે, એ પુનર્વિચાર કરશે, પરંતુ તે તેને સદ્ગુણ ગણશે. જેમ કે હું એક છોકરીને કહું કે તું મા બન અને પત્ની ન બન અને તું તેના માટે લડ અને પછી હું કહીશ કે તારા જીવનમાં એક સદ્ગુણ છે. તું શા માટે ઝૂકે? અને તારા પુત્રને એવો તૈયાર કર કે તે એ વાતને નકારે કે મારા કોઈ પિતા છે અથવા કહે કે મને ખબર નથી કે મારા પિતા કોણ છે અને મારે પિતાનું નામ કહેવાની જરૂર નથી. તેમાં કોઈ પાપ નથી. મારી માતા પૂરતી છે. તેને આ રીતે તૈયાર કરો. અને હું તે સ્વીકારીશ કે આ છોકરો પાપી નથી, ગેરકાયદેસર નથી, ખરાબ પણ નથી, બસ સમાજની ધારણા ખોટી છે.

તો સદ્ગુણ શું છે? જો સમાજને બદલવો હશે તો પહેલા સદ્ગુણનો ખ્યાલ બદલવો પડશે. તેથી જ હું હવા બનાવવા માંગુ છું અને તે હવા બનાવવામાં આવશે, પરંતુ ક્રાંતિકારીને જે પણ સદ્ગુણ મળે તેના પર ઊભા રહેવું પડશે. જો તમે નિષ્ફળ થશો તો ચિંતા કરશો નહીં. નિષ્ફળતાનો ડર શું છે? તે નિષ્ફળતાનો ડર છે જે વ્યક્તિને અનુરૂપ અને રૂઢિચુસ્ત બનાવે છે. એટલે કે, જો મને લાગે કે જો હું કોઈ સ્ત્રી સાથે લગ્ન કર્યા વિના રહીશ તો હું સમાજમાં નિષ્ફળ જઈશ, તો મારે લગ્ન કરીને લગ્નનું બહાનું પૂરું કરવું જોઈએ. પરંતુ પછી હું સફળતા માટે આતુર છું અને, યોગ્ય રીતે કહીએ તો, હું સદ્ગુણી નથી, ‹મેન ઓફ વર્થ્યુ› છું. અને જો એવું લાગે કે મિત્રતા પૂરતી છે અને સ્ત્રી મારી સાથે રહી શકે છે અને લગ્ન કરવાનું ફરજિયાત નથી, જેથી કાલે સવારે જો અમને અલગ થવું યોગ્ય લાગે તો હું નમસ્કાર કહી શકું અને કોઈ એવું ન કહે કે તમારા પર કેસ દાખલ કરવામાં આવશે. ચાલો આપણે મુક્ત થઈએ અને આપણે એક ક્ષણમાં અલગ થઈ શકીએ. હવે શંકા એ છે કે જેની પાસેથી આપણે એક પળમાં છૂટા પડી શકીએ છીએ તેની સાથે રહેવામાં જ આનંદ છે અને જેની પાસેથી આપણે છૂટા ન થઈ શકીએ તેની સાથે રહેવાનો આનંદ સમાપ્ત થઈ ગયો છે. તેથી સદ્ગુણનો સંપૂર્ણ ખ્યાલ બદલવો પડશે. જે પણ સદ્ગુણ મળે, એક ક્રાંતિકારી તેની જીદ રાખશે, નહીં તો તે ક્રાંતિકારી નથી.

પ્રશ્ન: ક્રાંતિકારીનો તેના દુશ્મન સાથે કેવો સંબંધ હોવો જોઈએ? શું તેને સંપૂર્ણપણે ખાતમો કરવો જોઈએ કે તેને સુધારવો જોઈએ? દ્રષ્ટિ શું હોવી જોઈએ?

હકીકતમાં, તેને ખતમ કરવાનો વિચાર પણ ક્રાંતિકારી નથી. કન્ફર્મિસ્ટ પણ એવું જ વિચારે છે, જે ક્રાંતિની વાત કરે છે તેનો નાશ થવો જોઈએ અને જો ક્રાંતિકારી પણ એવું જ વિચારે છે તો હું માનું છું કે તે પણ કન્ફર્મિસ્ટ છે. ક્રાંતિકારી ભૂંસી નાખવાની વાત કરી શકતો નથી, કારણ કે એક ક્રાંતિકારી એવું પણ માને છે કે દરેક વ્યક્તિને તેની પોતાની

વિચારસરણી, તેની પોતાની જીવનશૈલી, તેના વિચારો વ્યક્ત કરવાનો અને તેને સમજાવવાનો પોતાનો અધિકાર છે.

ક્રાંતિકારીને તેને ભૂંસી નાખવાનો અધિકાર નથી. તેથી જ હું લેનિન કે સ્ટાલિન કે માઓને બહુ ક્રાંતિકારી નથી માનતો. તેમનું મૂળ મન એક જ છે - અનુરૂપ. કન્ફર્મિસ્ટ કહેતા હતા કે આ માણસને જેલમાં નાખો, તેનો જીવ લઈ લો, તેના મૂળ કાપી નાખો, તેને ભાગવા ન દો. આપણે તેની સાથે તે જ કરી રહ્યા છીએ. કમસેકમ આ બાબતમાં આપણે ક્રાંતિકારી તો નથી જ. આપણે તેમના માર્ગને અનુસર્યા છીએ. બરાબર, ક્રાંતિકારી આ ભાષામાં વિચારી શકતો નથી, કારણ કે ક્રાંતિકારી સૌ પ્રથમ વ્યક્તિના મૂલ્યને અંતિમ માને છે અને તેથી જ તે સમાજની સામે ઊભો રહે છે, નહીં તો ઊભા રહેવાનો શું અર્થ છે? જો કોઈ વ્યક્તિની કોઈ કિંમત જ ન હોય તો મારા એકલાની વાતનો શું અર્થ હશે? જ્યારે ચાલીસ કરોડ લોકો કહે છે કે આ સાચું છે, તો તે સાચું છે. વાત પૂરી થઈ ગઈ. મારે મારી જીદ છોડી દેવી જોઈએ. જો હું એકલો જ બૂમો પાડતો હોઉં કે આ ખોટું છે તો હું માની લઉં છું કે દરેક વ્યક્તિને પોતાના વિચારો વ્યક્ત કરવાનો અધિકાર છે. તમે તમારો અવાજ ઉઠાવો અને જો કાલે હું તમારી ગરદન કાપી નાખું, જો મારા હાથમાં સત્તા છે, તો મેં ક્રાંતિને મારી નાખી છે. તેથી જ નબળા ક્રાંતિકારીઓ સત્તામાં આવતાની સાથે જ ઘણીવાર બિન-ક્રાંતિકારી બની જાય છે. કારણ કે તેનું આંતરિક મન, મૂળભૂત મન ક્રાંતિકારી નથી, તેથી હું માનું છું કે સ્ટાલિન ક્રાંતિકારી માણસ નથી. તેની પાસે જે મન છે તે રૂઢિચુસ્ત છે, તે ક્રાંતિની જાળમાં ફસાઈ ગયો છે. પરંતુ સત્તામાં આવતાની સાથે જ તે રાજા બની ગયો. પછી તેણે તે જ કર્યું જે ઝારે તેની સાથે કર્યું. તેણે પણ વધુ શક્તિ સાથે તે જ કર્યું.

ક્રાંતિકારીનો ખરો અર્થ એ છે કે તે વ્યક્તિના અંતિમ મૂલ્યને સ્વીકારે છે, તેથી તમને દબાવવું, તમને ધમકાવવું, તમને મારી નાખવું એ બિન-ક્રાંતિકારી કૃત્યો હશે. હું તો એમ પણ માનું છું કે ગાંધીજીનું વલણ પણ ક્રાંતિકારી નથી. કારણ કે તેઓ સત્યાગ્રહના નામે ધમકીઓ આપે છે. જો હું ઉપવાસ કરીને તમારી સામે બેસીશ તો હું મરી જઈશ તેવી ધમકી આપી રહ્યો છું. આંબેડકરે કહ્યું હતું કે મારા હૃદયમાં જરાય પરિવર્તન આવ્યું નથી. જો ગાંધી વિચારે છે કે હૃદય પરિવર્તન થયું છે, તો તેઓ ખોટા છે. મારું હૃદય બદલાઈ ગયું હતું, માત્ર વિચાર્યું કે એક સારો માણસ મરી જશે, તેથી મારે દૂર જવું જોઈએ. તેથી જ હું માનું છું કે આંબેડકર વધુ અહિંસક છે - દૂર ચાલવામાં, ગાંધી વધુ હિંસક છે - ઉપવાસમાં. આંબેડકર પણ આગ્રહ કરી શકે છે કે તેઓ જાતે જ મર્યા, અમે જવાબદાર નથી. જો તમે હવે આગ્રહ કરશો તો તમે મરી જશો. આંબેડકર કોઈ પણ

હૃદય પરિવર્તન વિના અને સંમત થયા વિના પાછા હટી ગયા. અને મારી દૃષ્ટિએ એ ઘટનામાં ગાંધી કરતાં આંબેડકર વધુ ક્રાંતિકારી સાબિત થયા. આંબેડકર વ્યક્તિના જીવનને તેના વિચારો કરતાં વધુ મૂલ્ય આપે છે. અને દૂર થઈ જાય છે તે પણ સંમત થયા વિના. અને મારી દૃષ્ટિએ આ માણસ વધુ ક્રાંતિકારીનું વિઝન આપી રહ્યો છે. અને જો તેનું મન કન્ફર્મિસ્ટ હોય, તો તેણે કહ્યું હોત કે મરી જાઓ, જો તમે ખોટા છો તો તમે તમારી જાતને મારી રહ્યા છો. હું જે કહું તે સારું છે.

પ્રશ્ન: ક્રાંતિકારીએ ક્યારે અને કેવી રીતે સત્તામાં આવવું જોઈએ?

અત્યાર સુધી જે બન્યું છે તે, હું જેને પવન કહું છું તે પરિપૂર્ણ ન થઈ શક્યું અને ક્રાંતિકારીઓ સત્તા પર આવી ગયા. અત્યાર સુધી ક્રાંતિ એ માત્ર લઘુમતીનો વિચાર હતો અને બહુમતી ક્યારેય તેની સાથે સંમત નથી. તેથી જ જ્યારે લઘુમતીને સત્તા મળી ત્યારે તેણે મુશ્કેલીઓ અને અત્યાચારો સહન કરવા પડ્યા. હું માનું છું કે જ્યાં સુધી લઘુમતી બહુમતીની સ્થિતિમાં નહીં હોય ત્યાં સુધી દુરુપયોગ થશે. તેથી જ હું માનું છું કે ક્રાંતિકારીઓએ થોડી રાહ જોવી જોઈએ. જ્યારે પવન ફૂંકાય અને જનતાનું મન તૈયાર થાય, ત્યારે જ ક્રાંતિકારીઓ સત્તામાં આવે. તેથી, લોકોનું મન જેટલું તૈયાર થશે, તેટલી વધુ હિંસા મુશ્કેલ બનશે. તેમ છતાં હું કહું છું કે હું જે કહું છું તે અંતિમ આદર્શની વાત છે. કેટલીક હિંસા બહુમતી સાથે પણ રહી શકે છે. ધ્યાનમાં રાખવાની બાબત એ છે કે કોઈપણ ક્રાંતિકારીએ ત્યારે જ સત્તા માટે સંમત થવું જોઈએ જ્યારે બહુમતી તેની સાથે હોય, અન્યથા નહીં. અન્યથા ભારે હિંસા થશે અને હિંસા કરવાથી ક્રાંતિકારી અનુરૂપ બની જશે. એક વર્તુળ ઊભું થયું છે. મારો મત એ છે કે મૂળભૂત રીતે ક્રાંતિકારી, સૌથી ઊંડો ક્રાંતિકારી, સત્તામાં આવવા માટે ત્યારે જ સંમત થશે જ્યારે બહુમતી તેના દૃષ્ટિકોણ સાથે સંમત થશે, તેણે તેને સમજાવ્યું છે.

હું માનું છું કે ઉતાવળ કરવાની ટેવ પણ બિન-ક્રાંતિકારી છે, તે અધીરાઈ છે. પણ આપણે જોઈએ છીએ કે બધા ક્રાંતિકારીઓ ખૂબ જ અધીરા છે. તે એવું બન્યું છે કે આપણે વિચારીએ છીએ કે ક્રાંતિકારી અધીર હોવો જોઈએ. હું જે માનું છું તે અધીરાઈ એ સમાચાર છે કે હું જે માનું છું અને વિચારી રહ્યો છું તેના વિશે મને ખાતરી નથી. મને ડર પણ લાગે છે અને પછી તેનો અર્થ એ છે કે ક્રાંતિકારી સંપૂર્ણપણે ક્રાંતિકારી નથી. આની ઉપર ક્રાંતિની કોઈ વાત થઈ હશે, વિચાર આવ્યો હશે. પરંતુ તે એક અનુરૂપ પણ છે અને તેના હાથમાં સત્તા લેવી ખતરનાક સાબિત થઈ શકે છે. કારણ કે સત્તા આવતાની સાથે જ ક્રાંતિનો ભાગ અદૃશ્ય થઈ જશે. કન્ફર્મિસ્ટનો જન્મ થશે. કારણ કે પછી તે જે સમાજનું નિર્માણ કરી

રહ્યો છે, તે કંઇ અલગ સહન કરશે નહીં. એટલે ક્રાંતિકારીઓ સત્તા પર આવતાં જ બિન-ક્રાંતિકારી બની જાય છે.

મારી દૃષ્ટિએ ટ્રોત્સ્કી સ્ટાલિન કરતાં વધુ ક્રાંતિકારી, વધુ મૂળભૂત ક્રાંતિકારી છે. જ્યારે સ્ટાલિન સત્તા પર આવ્યો, ત્યારે ટ્રોત્સ્કીની હત્યા કરવી જરૂરી બની ગઈ. રશિયામાં તેણે પહેલું કામ ક્રાંતિકારીઓને મારવાનું કર્યું હતું. કારણ કે તે સૌથી ખતરનાક તત્વ હતું, કારણ કે જ્યારે તેની પાસે ક્રાંતિકારી મન હતું, ત્યારે તે સ્ટાલિન સાથે પણ સહમત ન થાત, જો તે ખોટા હોત તો તે તેનો ઇનકાર કરત. માઓ તે જ કરી રહ્યા છે: શક્ય તેટલા ક્રાંતિકારી મનને દૂર કરો. તેથી હું જાણું છું કે આ ખરા ક્રાંતિકારી લોકો નથી.

હું માનું છું કે સરકાર પણ બહુમતીને મનાવીને ઘણી બાબતો હાંસલ કરી શકે છે. સમગ્ર શિક્ષણ સત્તાવાળાઓના હાથમાં છે. અધીરાઈને કારણે આપણે મુશ્કેલીમાં આવી જઈએ છીએ. નહીં તો સમગ્ર શિક્ષણને બદલવાની ચિંતા કરીશું. વીસ વર્ષ લાગશે, વીસ વર્ષ પછી નવી પેઢી આવશે ત્યારે આપણે તેને સમજાવવાનો પૂરો પ્રયાસ કરીશું. રેડિયો હાથમાં છે, અખબારો હાથમાં છે, સાહિત્ય હાથમાં છે, અમે દરેક રીતે સમજાવીશું. માત્ર તલવાર હાથમાં નથી પણ ઘણી વસ્તુઓ હાથમાં છે. પરંતુ તે ઝડપી છે, તે તલવારથી ઝડપી છે, પરંતુ ક્રાંતિ પણ મૃત્યુ પામે છે. ચાલો આપણે દેશને વિચારવા અને ચિંતન કરવા સમજાવીએ અને ઉશ્કેરીએ.

હું માનું છું કે જો કોઈ ક્રાંતિકારી સત્તા પર આવે છે, તો તેણે ક્રાંતિ લાવવાની ઉતાવળ કરવાને બદલે સમગ્ર દેશના માનસમાં ક્રાંતિ લાવવાનો પ્રયાસ કરવો જોઈએ. તેમણે સમાજની વ્યવસ્થા બદલવાની કોશિશ કરવાને બદલે સમાજની માનસિકતા બદલવાની ચિંતા કરવી જોઈએ.

મન બદલાશે તો વ્યવસ્થા અહિંસામાં બદલાઈ જશે, એમાં કોઈ વાંધો નથી. જો મન ન બદલાય અને તેઓ સિસ્ટમ તોડવાનું શરૂ કરે, તો હિંસા શરૂ થાય છે.

સમજો કે જો કોઈ ક્રાંતિકારી સત્તા પર આવે છે, તો તેની પાસે બે વિકલ્પ છે - એક વિકલ્પ હવે માળખું તોડવાનો છે, જો તે માળખું તોડશે તો હિંસા થવાની છે અને સૌથી મોટું નુકસાન માળખું તોડનારને અને હિંસા કરનારને થશે. તે માણસ રહેશે, હવે ક્રાંતિકારી રહેશે નહીં.

તે 20 વર્ષની હિંસા અને માળખાના વિનાશમાં અને નવા માળખા સામે કોઈ મુશ્કેલીઓ ન આવે તેની ખાતરી કરવાના પ્રયાસમાં તે અનુરૂપ બનવા જઈ રહ્યો છે. મન આના જેવું કોઈ એન્ટાઇટી કે ક્રાંતિકારી નથી

કે અનુરૂપ ન હોઈ શકે. મન ખૂબ પ્રવાહી છે અને આપણે જે કંઈ કરીએ છીએ, તે બની જઈએ છીએ. તો મન શું કરશે? અને જો મને લાગ્યું કે મારું મન સારું છે તો ક્રાંતિ પૂરી થઈ ગઈ. ક્રાંતિકારીનો ભાગ એ છે કે તે જાણે છે કે હું ખોટો હોઈ શકું છું, મારા ખોટા હોવાની સંભાવના ચાલુ રહે છે, તેથી તલવાર ઉપાડવી તે ખોટું છે, કારણ કે આ માણસને મારી નાખું અને તે માણસ સાજો થઈ શકે છે. તેથી જ્યારે ક્રાંતિકારીના હાથમાં સત્તા આવે છે, ત્યારે મારી દૃષ્ટિએ તેણે જે કામ કરવાનું હોય છે તે મન બદલવાનું છે, માળખું બદલવાનું નહીં, કારણ કે જો મન જૂનું હતું તો માળખું જૂનું હતું, જો મન નવું હોય તો માળખું નવું હોઈ શકે છે, તેમાં કોઈ અવરોધ નથી.

તેથી વિચાર બદલવાનો પ્રયાસ કરો, માળખું તોડવાની ઉતાવળ ન કરો અથવા જ્યાં બહુમતી બંધારણ બદલવા માટે તૈયાર હોય, તો તે ઠીક છે અને જ્યાં બહુમતી તૈયાર ન હોય, ત્યાં બદલવાની ચિંતા કરો. મન પ્રક્રિયા લાંબી હોવી જોઈએ અને ક્રાંતિ તો લાંબી હોઈ જ શકે. અત્યાર સુધી અમારો વિચાર હતો કે ક્રાંતિ બે-ચાર વર્ષમાં થવી જોઈએ. આ મૂર્ખાઈ ભરેલી વાતો છે. ક્રાંતિ જેવી વસ્તુ! અને જો કોઈ દેશ સો વર્ષ સુધી ક્રાંતિકારી બનવાની હિંમત ન કરી શકે, તો તેણે ક્રાંતિની ઝંઝટમાં ન પડવું જોઈએ, કારણ કે તે ઉતાવળમાં બધો જ દાવો કરશે. આ ઉતાવળે ક્રાંતિની વાત નથી. આપણે શિક્ષણ બદલવું જોઈએ, શિક્ષણમાં નવા તત્વો દાખલ કરવા જોઈએ, દેશમાં નવું માળખું બનાવવું જોઈએ. નકારાત્મક મન કેવી રીતે ઉત્પન્ન થાય છે તેની ચિંતા કરવી જોઈએ. દેશમાં તીક્ષ્ણ અને ઊંડી વિચારસરણી પેદા થવી જોઈએ અને જેઓ સત્તામાં છે તેમણે પોતાની જાતને પણ પ્રશ્ન કરવો જોઈએ, પછી વિચાર બદલવાથી દેશમાં જે નકારાત્મક માનસિકતા પેદા થશે તે માળખું તોડી નાખશે અને પછી હિંસા નહીં થાય, પરંતુ જો આપણે ચિંતિત છીએ કે જો હવે માળખું બદલવામાં આવશે, તો હિંસા શરૂ થશે કારણ કે કોઈ આપણી સાથે સંપૂર્ણ રીતે સહમત નથી.

સત્ય એ છે કે બે લોકો ક્યારેય એકબીજા સાથે સંપૂર્ણ રીતે સંમત નથી, તે ન હોવા જોઈએ, તેમના માટે કોઈ કારણ નથી. જ્યારે આપણે ખૂબ નજીક હોઈએ ત્યારે પણ આપણે સહમત થતા નથી, પરંતુ ક્રાંતિકારી અને અનુરૂપ વચ્ચેનો તફાવત એ છે કે અનુરૂપ કહેશે, તમે તૈયાર છો? અને જો તે ન થાય તો આપણે તેને સમાપ્ત કરીએ છીએ. ક્રાંતિકારી કહેશે કે જો તમે અત્યારે તૈયાર નથી તો આપણે બંને અલગ છીએ અને જ્યાં સુધી આપણે તૈયાર છીએ ત્યાં સુધી આપણે સાથે ઊભા છીએ. આપણે એકબીજાથી ક્યાં અલગ છીએ તે સમજવા માટે અજમાવી જુઓ.

કદાચ તમે ઠીક છો અને કદાચ હું ઠીક છું, ચાલો નજીક જવાનો પ્રયાસ કરીએ.

તેથી હું માનું છું કે દેશમાં ચિંતન, મનન અને વિચારણાનું વાતાવરણ હોવું જોઈએ. જો જૂનું માળખું હવાને ઉત્પન્ન થવા દેતું નથી, તો તે સ્વાભાવિક છે, કારણ કે તે તેના માટે જોખમી છે. પરંતુ ક્રાંતિકારીને આનાથી ખતરો ન હોવો જોઈએ, કારણ કે ક્રાંતિકારીને કોઈ જોખમનો પ્રશ્ન જ નથી. ક્રાંતિકારીઓ શું કહે છે કે અમે તમામ જોખમો લેવા તૈયાર છીએ, પરંતુ જ્યારે યોગ્ય વસ્તુ આવશે ત્યારે મૂલ્ય રજૂ કરવામાં આવશે. અત્યારે જે કંઈ ક્રાંતિ થઈ છે તે માત્ર પરિવર્તનો છે, તેથી આપણે આત્મહત્યા કરીએ છીએ. આત્મહત્યા એ અર્થમાં કે જે ક્રાંતિ કરે છે, તે સત્તા પર પહોંચ્યા પછી તે જ કરે છે જે તેનો દુશ્મન કરતો હતો. અને પછી આ કરવાની પ્રક્રિયામાં તે તે જ જગ્યાએ પહોંચે છે જ્યાં તેનો દુશ્મન પહોંચે છે. અને ક્રાંતિકારીના સાથીઓ એ જ જગ્યાએ પહોંચે છે જ્યાં તે ક્રાંતિ પહેલા ઊભા હતા. ટ્રોત્સ્કીએ લખ્યું છે કે ક્રાંતિ પછી રશિયાને સમજાયું કે આપણે ક્રાંતિકારીઓ સામે પણ લડવું પડશે. સત્તા હાથમાં આવી, કામ ઠપ્પ થઈ ગયું, મામલો બદલાઈ ગયો.

હું લાંબા સમયથી શિક્ષક હતો, તેથી મારો અનુભવ એવો હતો કે વર્ગમાં સૌથી બળવાખોર છોકરો છે, જો તમે તેને કેપ્ટન બનાવી દો તો વાત સમાપ્ત થઈ જાય છે, બધા બળવાખોર થઈ ગયા અને તે અનુરૂપ બની ગયો, કારણ કે તે વર્ગમાં અન્યને સુધારવા વ્યસ્ત થઈ જતો. હવે રાહ એ છે કે કેવી વ્યવસ્થા કરવી. બધા શિક્ષકો આ પ્રયોગ કરે છે કે જો સૌથી તોફાની છોકરાને કેપ્ટન બનાવવામાં આવે તો મામલો ખતમ થઈ જાય. પોસ્ટ માટે આટલું બધું અને વાત પૂરી થઈ ગઈ.

આ જે ક્રાંતિકારી છે તે પરિસ્થિતિને કારણે ક્રાંતિકારી છે અને એવા બહુ ઓછા લોકો છે જે ફક્ત ક્રાંતિકારી હોય છે. અમુક સંજોગોમાં બળવાખોર થવું સામાન્ય છે. જેમ કે જો હું મજૂર છું તો સામ્યવાદી છું. કાલે હું માલિક બનીશ તો મૂડીવાદી બનીશ. આ પરિસ્થિતિ - તે પરિસ્થિતિની ક્રાંતિ છે. તેઓ ક્રાંતિકારી માનસ ધરાવતા ન હતા. કામદારો કહે છે કે અમે મૂડીવાદીઓને સહન કરી શકતા નથી, તેથી અમે બધા મૂડીવાદીઓને ખતમ કરી દઈશું, પરંતુ અમે કામદાર રહી શકીએ નહીં. હવે બધા મૂડીવાદી બની ગયા છે, વાત પૂરી થઈ ગઈ છે. જે પરિસ્થિતિ પ્રમાણે ક્રાંતિકારી છે તે સત્તા પર આવતાની સાથે જ અનુરૂપ સાબિત થશે. ક્રાંતિકારી મનનો અર્થ આ છે મરવું, પણ ખોટું સ્વીકારવું નહીં.

પ્રશ્ન: તમે હમણાં જ કહ્યું કે પ્રેમ વિના લગ્ન સારા નથી, જો આવું થાય તો છૂટાછેડાનો માર્ગ, પ્રક્રિયા અને પદ્ધતિ ખૂબ જ સરળ બનાવવી

જોઈએ. પરંતુ જો છૂટાછેડાના નિયમો સરળ કરવામાં આવશે તો સમાજમાં સ્થિરતા કેવી રીતે આવશે?

સ્થિરતા મૂલ્યવાન નથી. સ્થિરતાની દૃષ્ટિ પોતે મૂલ્યવાન નથી અને સ્થિરતાનું મૂલ્ય પોતે જ ખોટું છે. જીવન સ્થિર નથી, જીવન ગતિશીલ છે, તેથી આપણે ઘણી જગ્યાએ અડચણો અને અવરોધો ઉભા કર્યા છે અને હું માનું છું કે સ્થિરતાનું મૂલ્ય પણ જૂના મનનો એક ભાગ હતું. ક્રાંતિકારીનું મૂલ્ય જીવવાનું છે, અને જીવવામાં ચળવળ છે. ચળવળ હોય ત્યાં સુધી જીવન પ્રણાલી ચાલુ રહે તો તે સ્વીકાર્ય છે, જો જીવન પ્રણાલી ચાલતી રહે તો તે અસ્વીકાર્ય છે. મારો મુદ્દો એ છે કે એક પક્ષે છૂટાછેડા વિશે રજિસ્ટ્રારને જાણ કરવી જોઈએ. બંનેનો શું પ્રશ્ન છે! પત્ની કે પતિએ જાણ કરી કે અમારો મામલો ખતમ થઈ ગયો છે, ખતમ થવો જોઈએ, વાત પૂરી થઈ ગઈ છે. બીજાને પૂછવાની પણ જરૂર નથી, કારણ કે બીજાને પૂછવાનો શો અર્થ છે.

છૂટાછેડા એટલા સરળ હોવા જોઈએ. લગ્નની વ્યવસ્થા મુશ્કેલ હોવી જોઈએ અને છૂટાછેડાની વ્યવસ્થા સરળ હોવી જોઈએ. છૂટાછેડાની વ્યવસ્થા એટલી નજીવી હોવી જોઈએ કે તેનો કોઈ પ્રશ્ન જ ન રહે. જાણે સવારે મને થયું હોય, આપણે જઈને જાણ કરીએ અને ટેલિગ્રામ મોકલીએ અને મામલો પૂરો થઈ જાય. લગ્નની વ્યવસ્થા મુશ્કેલ હોવી જોઈએ. આજે, જો કોઈ પુરુષ અરજી કરે છે, તો તેને ફક્ત એક વર્ષ માટે પ્રાયોગિક લગ્ન માટેનું લાઇસન્સ મળવું જોઈએ. એક વર્ષ સાથે જીવો, વિચારો, સમજો. એક વર્ષ પછી બંને ફરી આવીને કહે છે કે જો આપણે સાથે રહેવાનું વિચારી રહ્યા છીએ તો લગ્ન કરી લેવા જોઈએ.

છૂટાછેડામાં જેટલી અડચણો આપણે લગ્નમાં મૂકીએ છીએ તેટલી જ અડચણો મૂકવી જોઈએ, કારણ કે આપણે છૂટાછેડામાં ત્રણ વર્ષની અડચણ મૂકીએ છીએ અને લાંબી ઝંઝટ ઊભી કરીએ છીએ. આ બધી ઝંઝટ લગ્નમાં મૂકવી જોઈએ, કારણ કે જો બે વ્યક્તિઓ સાથે રહેવા માટે સંમત થાય છે તો આપણે, સમાજને સંપૂર્ણ ચિંતા થવી જોઈએ કે શું તેઓ સાથે રહી શકશે? આપણે આનું સંપૂર્ણ ધ્યાન રાખવું જોઈએ. મજાની વાત એ છે કે લગ્ન પછી આપણે તેની ચિંતા કરીએ છીએ, પરંતુ પછી તે અર્થહીન છે. પરંતુ એક વર્ષ પ્રાયોગિક લગ્ન ગોઠવવા જોઈએ. આમાં તેઓ પતિ-પત્ની નથી, તેઓ મિત્રોની જેમ સાથે રહેશે, અને એકબીજાને સમજશે. હવે તો એટલા બધા કૃત્રિમ માધ્યમો ઉપલબ્ધ છે કે બાળક થવાનો પ્રશ્ન જ નથી, હવે ઘણી સગવડ છે.

પ્રાયોગિક લગ્નમાં એકાદ વર્ષ પછી તેઓ આવીને પોતાનો અનુભવ કહે અને ભ્રમ ભાંગવાનો હોય તો આખું વર્ષ ઘણો લાંબો સમય છે, બે

મહિનામાં ભ્રમ તૂટી જાય છે. જો એક વર્ષ પછી તેઓ આવીને કહે કે અમે બંને સાથે રહેવાનો સંપૂર્ણ સ્વીકાર કરીએ છીએ, તો બધી પૂછપરછ અને તપાસ કરવી જોઈએ. તેમની તમામ તપાસ થવી જોઈએ, તેમની વાત સ્વીકારવી જોઈએ નહીં, વધુ પ્રશ્નો પૂછવા માટે મનોવૈજ્ઞાનિકોની પણ સલાહ લેવી જોઈએ. આ જવાબો મળ્યા પછી, શું તેઓ સાથે રહી શકશે? અને તેમને કહી દઈએ કે મનોવૈજ્ઞાનિક કહે છે કે તમે બે વર્ષથી વધુ સાથે રહી શકશો નહીં, તેથી તમારે વધુ વિચારવું જોઈએ. તમે કોઈ મનોવિજ્ઞાનીને મળો, તેની સાથે વાત કરો, સમજો! તમે કહો છો કે અમે સાથે રહી શકીશું, પણ તમે જે કહો છો તે પૂરતું નથી, તમારા આખા મનને સમજી શકે તેવી વ્યક્તિ સાથે વાત કરો અને તમે સમજીને મનોવૈજ્ઞાનિક સાથે કરો તો ઠીક છે, તમે લગ્ન કરી લો.

આપણે લગ્નમાં અવરોધો મૂકવા જોઈએ અને છૂટાછેડા ખૂબ જ સરળ હોવા જોઈએ, કારણ કે લગ્ન જોખમી છે, એક ક્ષણનો નિર્ણય લગ્નને ખૂબ જોખમી બનાવે છે, આખા જીવનનો સ્પષ્ટ નિર્ણય જરૂરી છે. અને નિષ્ફળ લગ્ન તેમાં જન્મેલા બાળકો માટે ખૂબ જ નુકસાનકારક છે. પણ હું કહું છું કે અત્યારે એમાં કોઈ રસ નથી, બિલકુલ રસ નથી કે તમારા સમાજનું હિત નથી, તો પછી આવી મૂર્ખામી ના કરવી જોઈએ. હું માનું છું કે રસ હોવો જોઈએ, કારણ કે આખરે બાળક સમાજનો એક ભાગ બનવાનું છે - ફક્ત તમારો નહીં - બાળક એ માત્ર એક પુરુષ અને એક સ્ત્રીનો નિર્ણય નથી. બાળક એ સમગ્ર સમાજનો પ્રશ્ન છે. આખા સમાજે વિચારવું જોઈએ, પરંતુ સમાજે ક્યારેય કશું વિચાર્યું નથી. મેં માત્ર એટલું જ વિચાર્યું છે કે જો બાળકના ખોરાક, કપડાં અને સંપૂર્ણ વ્યવસ્થા કરવામાં આવે તો વાત પૂરી થઈ જશે.

જો આ બંને પતિ-પત્ની આખી જીંદગી લડતા રહે અને આ બાળક તેમની વચ્ચે ઉછરતું રહે તો લડાઈનું પરિણામ શું આવે? તેના મનમાં શું થવાનું છે? જેણે ક્યારેય તેના માતા-પિતા પાસેથી પ્રેમ જાણ્યો નથી તેનું પરિણામ શું હશે? તે સંપૂર્ણપણે સ્કિઝોફ્રેનિક થઈ જશે, તેનું મગજ બીમાર થઈ જશે અને તે લગ્ન પહેલા સંપૂર્ણપણે ડરી જશે અને લગ્ન પછી શું થવાનું છે તે જાણે છે. તે સંપૂર્ણપણે બેભાન, અચેતન તૈયારી છે. અને તેને લગ્નમાં તે જ વસ્તુઓ મળશે જે તેણે તેના માતાપિતામાં જોઈ હતી અને આ પુનરાવર્તિત વર્તુળ, દુષ્ટ ચક્ર શરૂ થશે.

જો સમાજને ખરેખર બાળકોમાં રસ હોય તો તેણે અલગ રીતે વિચારવું પડશે. સાચી વાત તો એ છે કે જો સમાજને પૂરેપૂરો રસ હોય તો વહેલા-મોડા બાળકને માતા-પિતાની મિલકત ન ગણવી જોઈએ. તે સમાજની મિલકત છે. આજે નહીં પણ આવતીકાલે બાળકોના ઉછેરની

જવાબદારી માતા-પિતાની નહીં પણ સમાજની હોવી જોઈએ. તેમના જન્મનું લાયસન્સ પણ સમાજમાંથી આવવું જોઈએ, માતા-પિતાની મરજીથી નહીં. દરેક માતા-પિતાને સંતાન મેળવવાનો અધિકાર હોવો જોઈએ નહીં. કારણ કે તેઓ બીમાર છે, ઉન્મત્ત છે અને બાળકો પેદા કરવા એ સંપૂર્ણપણે અસંસ્કારી અને મૂર્ખ છે. તે પોતે ખરાબ હતો, તે ખરાબ વલણ ચાલુ રાખી રહ્યો છે. તેથી જ્યાં સુધી સમાજ નક્કી ન કરે કે કઈ સ્ત્રી બાળકને જન્મ આપશે અને કયા પુરુષ સાથે, તેમના વિના બાળક જન્મી શકશે નહીં.

આજે સંભવ છે કે આપણે સેક્સ અને બાળજન્મને ડિસ્કનેક્ટ કરી શકીએ. શરૂઆતમાં તે મુશ્કેલ હતું. જો મારી પત્ની હોય અને હું તેની સાથે બાળક પેદા કરવા સક્ષમ ન હોઉં તો હું કોઈનું વીર્ય ઉધાર લઈ શકું, બસ. હું તેની સાથે શારીરિક સંબંધ બાંધી શકું છું, તેમાં કોઈ અડચણ નથી. અને તે યોગ્ય રહેશે કે મારું બાળક શક્ય તેટલું સ્વસ્થ હોવું જોઈએ અને જ્યારે હું તેને શ્રેષ્ઠ શિક્ષણ આપું તો પછી તેને શ્રેષ્ઠ મૂળભૂત બીજ અને જાતિ કેમ ન આપું. તેને શ્રેષ્ઠ બીજ, સૌથી સુંદર, સ્વસ્થ માણસનું વીર્ય મળવું જોઈએ - મારે આ કેમ ન કરવું જોઈએ? એ વીર્ય મારું હોવું જોઈએ એ મૂર્ખતા છે. એમાં કોઈ અર્થ નથી, એ એકદમ બકવાસ છે, અર્થહીન છે.

જો સમાજ સંપૂર્ણ કાળજી લે - અને આજે તે કરી શકે છે, આજ સુધી તે આવું કરી શક્યું નથી - તો પછી બધા માતાપિતાને સંતાન મેળવવાનો અધિકાર ન હોવો જોઈએ, કોને બાળક થશે અને કોને નહીં તેના પર નિયંત્રણો હોવા જોઈએ. સંભવ છે કે દંપતી પતિ-પત્ની દીઠ માત્ર એક જ બાળક ધરાવવા માટે હકદાર હોઈ શકે, તેથી આપણે તેનો ઉપયોગ બાળક પેદા કરવા માટે કરવો જોઈએ. અન્ય વ્યક્તિની શારીરિક હાજરીની જરૂર નથી, તેથી મામલો સમાપ્ત થઈ ગયો છે. પત્નીનો ઉપયોગહોય તો તે કરવો જોઈએ,

એકવાર સાંસ્કૃતિક સંવર્ધન અને વૈજ્ઞાનિક સંવર્ધન શરૂ થાય, સમાજનું કાર્ય ત્યાંથી શરૂ થાય છે. ત્યારે આ બાળકોને ક્યાં ઉછેરવા જોઈએ, કેવી રીતે ઉછેરવા જોઈએ, પર્યાવરણમાં કેવી રીતે ઉછરવા જોઈએ, માનસિક વાતાવરણમાં કેવી રીતે ઉછરવા જોઈએ તેની પણ ચિંતા કરવી જોઈએ. તેમના માતા-પિતા સાથેનો સંપર્ક કેટલો ફાયદાકારક છે અને તેમનાથી કેટલું દૂર રાખવું જોઈએ તે સમજવાની જરૂર છે. હું માનું છું કે બાળકો માટે તેમના માતાપિતા સાથે 24 કલાક રહેવું ખૂબ જ નુકસાનકારક છે. સાત દિવસ, આઠ દિવસ, પંદર દિવસ પછી માતા-પિતાને થોડા સમય માટે મળવાથી ફાયદો થાય છે. કારણ કે પછી તેમની પ્રેમની મૂર્તિ દેખાય

છે અને બાળકના મનમાં પ્રેમનો ખ્યાલ રચાય છે અને પછી તે જેમને પ્રેમ કરવાનું શીખે છે તેના સંબંધમાં તે વિપરીત ખ્યાલ રચતો નથી.

બાળક માતા સાથે મોટો થાય છે. મા પણ લડે છે, મા પણ ગાળો આપે છે. પતિ બંને તેને પ્રેમ કરે છે અને નફરત કરે છે. મનોવૈજ્ઞાનિકો કહે છે કે આ રીતે બાળકનું મન પહેલેથી જ સ્કિઝોફ્રેનિક બની રહ્યું છે. તે એક જ વ્યક્તિને પ્રેમ કરે છે અને નફરત કરે છે. તેનું મન તૂટી રહ્યું છે અને જેને તે એકવાર પ્રેમ કરતો હતો, તે તે વ્યક્તિને નફરત કરતો રહેશે અને આ તેના મનનો એક ભાગ બની જશે. તે તેની પત્નીને પ્રેમ કરશે અને ધિક્કારશે. ક્યારેક તે પોતાનો જીવ લેવાનું વિચારશે અને ક્યારેક તે વિચારશે કે અરે, હું પણ આના વિના જીવી શકતો નથી અને આ બંને એકસાથે ચાલશે અને તેનું એકંદર કારણ છે માતા સાથે બાળકનો સતત ઉછેર.

તેનાથી પણ વધુ રસપ્રદ વાત એ છે કે બાળક એક જ માતા સાથે મોટો થાય છે. તેની નિશ્ચિત છબી, સ્ત્રીની કાયમી છાપમાં, તે આવી પત્નીની માંગ કરે છે. અજાણતાં, અજાણતાં, તે આવી પત્ની મેળવવાની ઇચ્છા કરશે. અને આ પ્રાપ્ત થવાનું નથી. આ પત્ની ન હોઈ શકે. મારી માતા માટે મારી પત્ની બનવાનો કોઈ રસ્તો નથી અને તેના માટે તેના જેવી બીજી વ્યક્તિ શોધવી શક્ય નથી. તેથી જીવનભર તેના મનમાં જે છબી છે તે એક છે, તેની પત્ની અલગ છે. આ બંને વચ્ચે સંઘર્ષ છે અને તે હંમેશા મુશ્કેલીનું કારણ બને છે. છોકરી તેના પિતાની છબી અને છાપ ધરાવે છે, તે તેના પિતા જેવો પતિ ઇચ્છે છે, તેને તે મળવાનું નથી.

મનોવૈજ્ઞાનિકો કહે છે કે માતાપિતા સાથે ખૂબ ઓછા સંપર્કની જરૂર છે, તો તે સુખદ છે. થોડીવાર મળ્યા પછી મારું હૃદય ખીલ્યું. પરંતુ બાળકના ઉછેર માટે સંપૂર્ણ વૈજ્ઞાનિક વ્યવસ્થા હોવી જોઈએ. જેમ કે એક સમય હતો.

જ્યારે બાળકોને ટ્યુશન લઈને ઘરે જ ભણાવવામાં આવતા હતા. તે પોતાના બાળકને ટ્યુશન આપીને કેટલાક શ્રીમંત લોકોને ભણાવી શકતો હતો. દરેકના ઘરે ટ્યુશન આપવું અશક્ય છે. તેથી અમારે શાળા ખોલવી પડી. તે વધુ વૈજ્ઞાનિક બન્યું અને ગરીબમાં ગરીબ વ્યક્તિ માટે પણ શ્રીમંત બાળકને મળેલું શિક્ષણ પ્રાપ્ત કરવાનું શક્ય બન્યું. આજે એક ગરીબ બાળક માટે જે પ્રકારની વ્યવસ્થાઓ શક્ય છે તેવી વ્યવસ્થા કોઈ શ્રીમંત માણસે પણ કરી નથી. તો આજે નહીં પણ આવતીકાલે બાળકોનો ઉછેર પણ એ જ રીતે સામાજિક અને સામાજિક બનાવવો જોઈએ. બાળકને અલગ-અલગ કુટુંબમાં ઉછેરવું જોઈએ નહીં. કારણ કે હવે આપણે એક સંપૂર્ણ વૈજ્ઞાનિક સિસ્ટમ બનાવી શકીએ છીએ. વૈજ્ઞાનિક,

મનોવૈજ્ઞાનિક, વિશ્લેષક, નર્સ, ડૉક્ટર, કસરત પ્રદાતા, મનને સંપૂર્ણ રીતે સમજનાર વ્યક્તિ, આપણે ત્યાં બધી વ્યવસ્થા કરી શકીએ છીએ. બાળકો ત્યાં મોટા થવા જોઈએ.

સમાજે હજુ સુધી કોઈ રસ લીધો નથી અને સમાજ દ્વારા માત્ર એક જ કાર્ય છે કે બાળકોનો જન્મ થયો. તે તેને ખવડાવશે, તેને પીવડાવશે, તેને ઉછેરશે. આ જવાબદારી તેની છે, તે તેને છોડીને ભાગી ન શકે. આ હવે કોઈ વ્યવસ્થા નથી. જેના કારણે આ સમાજનો જન્મ થયો છે અને આપણા માટે એક સાવ વિચિત્ર દુનિયાનું નિર્માણ થયું છે.

હું માનું છું કે વૈજ્ઞાનિક સમાજની વ્યવસ્થામાં સમાજે ખૂબ કાળજી લેવી પડશે અને જેમ જેમ બાળક માતા-પિતાથી દૂર મોટું થાય છે, ત્યારે માતા-પિતા વચ્ચેના વિખવાદની કોઈ અસર થતી નથી. ડિસોર્ડને છૂટાછેડા સાથે કોઈ લેવાદેવા નથી. શા માટે ઝઘડો? મતભેદ માટે એક ઇંચ પણ જગ્યા આપવાની જરૂર નથી. હું માનું છું કે જો છૂટાછેડા સીધા તમારી સામે છે, તો તમે નેવું ટકા તકો છોડી દેશો, સંઘર્ષ સંપૂર્ણપણે ઘટશે, કારણ કે તે અર્થહીન છે. બે લોકો અલગ થઈ શકતા નથી, તેથી વિખવાદ છે. હું તમને જવા કહું, વાત પૂરી થઈ ગઈ. આમાં ઝઘડો શું છે? પણ હું તને જવા માટે કહી શકતો નથી, તું જઈ શકતો નથી, હું જઈ શકતો નથી, મારે અહીં બેસવું પડશે તો જ સંઘર્ષ ચાલુ રહેશે. છૂટાછેડા એ મિત્ર સાથે મિત્રતા રાખવા અને મિત્રતા ગુમાવવા જેટલા સરળ હોવા જોઈએ. આનાથી વધુ કોઈ અર્થ નથી અને બાળક માટેની વ્યવસ્થા ધીમે ધીમે સમાજના હાથમાં જવી જોઈએ, તો જ છૂટાછેડા આટલા સરળ બની શકે છે.

•

2

ક્રાંતિની વચ્ચે સૌથી મોટી દિવાલ

મારા પ્રિય આત્મન!

જ્યારે હું અંદર જોઉં છું ત્યારે એક અસાધારણ આનંદ હોય છે અને જ્યારે હું બહાર જોઉં છું ત્યારે દુઃખનો મહાસાગર હોય છે. જો હું અંદર જોઉં તો મને ન તો ડર છે કે ન તો દુઃખ. આ દેશની અંદર રહેતા લોકો હંમેશા આંખો બંધ કરીને બહાર રહેતા હોય છે. ચોક્કસપણે અંદર કોઈ ઉદાસી, કોઈ પીડા, કોઈ અશાંતિ નથી. એક દુનિયા પણ છે. જ્યાં તે લપસી જાય છે ત્યારે બહારની દુનિયાના તરંગો પણ પહોંચતા નથી. અંદર એક વિશ્વ છે, જ્યાં એકવાર તમે પહોંચી જાઓ તો પૃથ્વીનો કોઈ પત્તો નથી. પોતાની અંદર એક બિંદુ છે જ્યાં સમાજ અદૃશ્ય થઈ જાય છે, રાષ્ટ્ર અદૃશ્ય થઈ જાય છે અને બહારનું બધું પણ અદૃશ્ય થઈ જાય છે. ખૂબ આનંદદાયક છે તે જગત, જ્યાં બધું અદૃશ્ય થઈ જાય છે. ભાગ્યશાળી છે જેઓ ત્યાં પ્રવેશે છે. એ જગતમાં પ્રવેશવાનો પ્રયત્ન કરવો જોઈએ. હું કહેતો રહું છું કે એ લોકો પણ કમનસીબ છે જેઓ ત્યાં પ્રવેશતાની સાથે જ બહારના દુઃખને સંપૂર્ણપણે ભૂલી જાય છે.

તમારા દુઃખને ભૂંસી નાખવા માટે તે પૂરતું નથી. ચારેબાજુ જે દુઃખ છે તેમાં પણ સહકાર આપવો ખૂબ જ જરૂરી છે. દેશના સાધુ-સંતો સાચા અર્થમાં સંત કે સાધુ નથી. જે સાધુ-સંતો પોતાનાં દુઃખ દૂર કરવામાં વ્યસ્ત હોય છે તેઓ અડધા અર્થમાં સાધુ-સંતો જ હોય છે. બહુ સ્વાર્થી લાગે છે કે મારે મારા જ સુખમાં ડૂબી જવું જોઈએ અને બહારની દુનિયા દુઃખ-તકલીફોમાં છે, કાફલો એ તરફ આગળ વધી રહ્યો છે. જો હું આંખો બંધ કરીને મારા સુખમાં ડૂબેલો રહીશ તો મારા મનને બહુ સ્વાર્થી, બહુ નીચ અને અત્યંત નીચ વલણ જેવું લાગે છે. પરંતુ આ દેશના સાધુ-સંતોએ આજ સુધી નક્કી કર્યું હતું કે, તમારી શાંતિ જાતે શોધો અને બીજા માટે એ કોઈ કામની નથી!

આ નિર્ણય આ દેશની કમનસીબી માટે જવાબદાર છે. આ દેશથી વધુ અદ્ભુત લોકો પૃથ્વી પર ભાગ્યે જ ક્યાંય જન્મ્યા છે. વધુ બુદ્ધિશાળી, વધુ શાંતિપ્રિય, વધુ સારી રીતભાતવાળા અને વધુ સત્યવાદી લોકો આ દેશ કરતાં બીજે ક્યાંક જન્મ્યા હશે; એ શંકાસ્પદ છે. પરંતુ આ દેશથી વધુ દુઃખી અને પીડિત કોઈ દેશ નથી. આ સમાજથી વધુ કદરૂપો અને

ગંદો કોઈ સમાજ કોઈ નથી. જે સમાજમાં બુદ્ધ, મહાવીર, કબીર અને ગાંધી છે તે સમાજ જો આટલો નીચો, ખરાબ અને નિમ્ન હોય તો તેની પાછળ કોઈને કોઈ કારણ હોવું જોઈએ. મૂળ કારણ એ છે કે કોઈ પણ મહાપુરુષને સમાજમાં બિલકુલ રસ નથી, સિવાય કે તે પોતાની શાંતિ અને સુખ માટે આતુર હોય.

ભારતીય સમાજ આશ્ચર્યજનક રીતે આત્મઘાતી સમાજ છે. તે તે માણસની પૂજા કરશે અને તેને સંત કહેશે, જે આંખો બંધ કરીને જીવનને ભૂલી જશે અને તેની શાંતિમાં ડૂબી જશે. મારા માટે પણ આ આનંદની વાત છે, મારી શાંતિમાં ખોવાયેલા રહેવાની આ સૌથી સહેલી વાત છે. ત્યાં મને કોઈ તકલીફ નથી, કોઈ પીડા નથી. પણ મને અમાનવીય લાગે છે કે હવે બહાર દુ:ખનો આટલો સાગર છે, તો પછી કોઈ વ્યક્તિ ચુપચાપ અંદરનો આનંદ માણતો રહે તે કેવી રીતે શક્ય છે. ચારેબાજુ રોગ છે ત્યારે માણસ પોતાના સુખ મંદિરમાં બેસી રહે એ કેવી રીતે શક્ય છે?

મને લાગે છે કે જે વ્યક્તિએ પોતાનું સુખ પ્રાપ્ત કર્યું છે તેની ફરજ છે કે તે અન્ય લોકો માટે સુખના માર્ગ પર પથ્થરો મૂકીને એને ખાડામાં પડવાથી બચાવવાનો પ્રયાસ કરે. પરંતુ જે સમાજના સંતો અને વિચારશીલ લોકો આવો નિર્ણય લેતા નથી ત્યારે મને એમ લાગે છે કે તેમની શાંતિ અધૂરી અને નબળી છે. તેમને ડર છે કે જો તેઓ બાહ્ય દુઃખ દૂર કરવામાં સામેલ થશે તો તેમની શાંતિ ભંગ થશે. આપણી આદત બની ગઈ છે કે સંસારથી સાધુ-સંતોને શું લેવાદેવા? સંસારથી સાધુ અને સંતોને ચોક્કસપણે કોઈ લેવાદેવા નથી. પરંતુ તે સિવાય પણ એક વિશાળ સમાજ છે જેના માટે એક હેતુ છે. મને સતત પૂછવામાં આવે છે કે મારે સામાજિક ક્રાંતિની વાત શા માટે કરવી જોઈએ? જ્યાં સમાજ વિકૃત થઈ રહ્યો છે, જ્યાં તે કદરૂપો બની રહ્યો છે તેની ચિંતા કરવાની મારે શી જરૂર છે? તે ખૂબ જ આશ્ચર્યજનક છે કે જે લોકો માટે તમે ચિંતિત છો તેઓ આવીને પૂછે છે, “તમે શાની ચિંતા કરો છો?»

જો કોઈ આવીને કહે કે તમે અમારા માટે મુશ્કેલી લો છો તો અમને શંકા છે કે તમે રાજકીય વ્યક્તિ નથી? તે જે કહે છે તે પણ સાચું છે. હજારો વર્ષોથી, આ દેશમાં ધાર્મિક માણસનો અર્થ એક ભાગેડુ માણસ હતો જે જીવન પ્રત્યે આંખો બંધ કરે છે. પણ આવા માણસને હું અધૂરો માણસ કહું છું. તે પોતાનું સુખ પોતે શોધે છે એ વાત સાચી, પણ જે સુખ બીજાના દુઃખને દૂર કરવામાં મદદ કરતું નથી તેની કિંમત શું? આવો આનંદ નબળો, નપુંસક છે. તેને ડર છે કે જો હું બીજાના દુઃખનો અંત લાવવાનો પ્રયત્ન કરીશ તો કદાચ મારો નાશ થઈ જશે. મારી ખુશીનો

નાશ થઈ શકે છે. બીજાની અશાંતિને શાંત કરવાના પ્રયાસમાં જે શાંતિ નાશ પામે છે, તેની કિંમત એક પૈસાની પણ નથી.

હું કહેવા માંગુ છું કે ભારતના દરેક યુવાનોએ દરેક સાધુ અને સંતને આ સમાજ માટે આતુર બનવા મજબૂર કરવા જોઈએ. હું યુવક ક્રાંતિ દળને પહેલી વાત કહેવા માંગુ છું કે સમગ્ર ભારતમાં, ભારતના સંતોને પકડીને કહો કે જીવનમાં આવો, અમે તમને જીવનમાંથી ભાગવા નહીં દઈએ - તમે જીવનમાંથી ખૂબ ભાગી ગયા છો, તમારી પાસે છે. હજારો વર્ષોથી તમે અમારાથી દૂર ભાગતા રહ્યા અને અમે તમારી પૂજા કરતા રહ્યા. હવે આવું નહીં થાય. અમે તમારી ભક્તિ કરીશું પણ ભાગશો નહીં, જીવમાં આવો. જીવન બગડી રહ્યું છે અને તમે તમારી મુક્તિની શોધ કરતા રહેશો! જો આપણે ભારતના દરેક સંતને પ્રાર્થના કરવા દબાણ કરીએ અને તેમને એક સાથે જીવનમાં ખેંચીએ તો વીસ વર્ષમાં દેશનું ભાગ્ય બદલી શકાય છે. કંઈ બહુ મુશ્કેલ નથી.

ભારતમાં પચાસ લાખ સંન્યાસી છે. જો પચાસ લાખ સાધુઓ તેમના જીવનને બદલવા માટે ઉત્સુક બને, તો વિશ્વમાં ક્યાંય પણ આટલી મોટી શક્તિ કોઈ પાસે નહીં હોય. પણ એ પચાસ લાખ સંન્યાસીઓ શું કરી રહ્યા છે? પચાસ લાખ સંન્યાસી પોતાના હિતમાં વ્યસ્ત છે. તમે તમારી દુકાનમાં સ્વાર્થી છો કે તમે તમારા માટે પૈસા કમાઈ રહ્યા છો. તેઓ પોતાના સ્વાર્થમાં વ્યસ્ત છે, પોતાના માટે સુખ કમાય છે, પરંતુ સ્વાર્થમાં કોઈ ફરક નથી. હું કહેવા માંગુ છું કે તમારો સ્વાર્થ બહુ નાનો અને સરળ છે. તેનો સ્વાર્થ ઘણો ઊંડો અને મજબૂત છે. જો તમે દુકાન પર રોટલી કમાતા હો તો પણ તમારી રોટલીની કમાણી પણ તમારા સો-પચાસ લોકોના ભલા માટે હશે. તમારા બાળકો હશે, તમારી પત્ની હશે, તમારા મિત્રો હશે, અને તમે સમાજમાં જે સંપત્તિ બનાવશો તેનાથી ઘણા લોકોને આજીવિકા મળશે. પરંતુ જે સંત શાંતિની શોધ કરે છે તેને ન તો તેની પત્નીમાં, ન તેના બાળકોમાં કે ન તો તેના મિત્રોમાં મળે છે. એ શાંતિ પોતાની છે.

સાધુનો સ્વાર્થ તોડવો પડશે. આપણે સાધુને પ્રાર્થના કરવી પડશે કે જ્યારે તેઓ તેમની ખુશીઓ આપણી સાથે વહેંચવા માટે તૈયાર હોય ત્યારે જ આપણે તેમનો સ્વીકાર કરીએ. તમારી શાંતિની શોધ અમારા આનંદ માટે સાથી બની શકે. તમારા જીવનમાં જે ક્રાંતિ આવી છે એ આપણા સમાજને બદલવાનો તણખો કે આધાર બનશે તો જ અમે પૂજા કરીશું, નહીં તો આ પૂજા બંધ કરીશું. ભવિષ્યમાં, ભારતમાં સાધુની પૂજા બંધ થવી જોઈએ, જો તે સાધુ આંખો બંધ કરીને જીવનમાંથી ભાગી જાય તો. તેમાંથી આપણે આશા રાખી શકીએ કે જેણે અંદર કંઈક હાંસલ કર્યું

છે તેણે બહારના લોકો માટે કંઈક કરવું જોઈએ. જો તેની પાસેથી કોઈ આશા નથી, તો પછી આ કોની પાસેથી થઈ શકે?

સમગ્ર ભારતનો ભૂતકાળ સુવર્ણકાળ બની શક્યો હોત. પરંતુ જેઓ તેને સુવર્ણકાળ બનાવી શક્યા હોત તેઓ પીઠ ફેરવીને ચાલ્યા ગયા. જીવન ચાલશે - કામ ચાલશે, ભલે કોઈ ભાગી જાય, અથવા કોઈ જંગલોમાં સંતાઈ જાય - કોઈ બીજું જીવન ચલાવશે.

હું કહેવા માંગુ છું કે વિશ્વભરના અન્ય રાષ્ટ્રો આપણાથી આગળ છે કારણ કે તેમના પ્રથમ વર્ગના માણસો રાષ્ટ્ર ચલાવે છે. આપણું રાષ્ટ્ર હંમેશા બીજા કે ત્રીજા વર્ગના માણસ દ્વારા ચલાવવામાં આવે છે. પ્રથમ વર્ગનો માણસ ભાગી જાય છે. જે પ્રથમ દરનું મન છે, તે આપણા દેશનો પ્રથમ વર્ગનો માણસ ભાગી જાય છે. સેકન્ડ-થર્ડ રેટ, સેકન્ડ-થર્ડ રેટ દેશ ચલાવે છે. ચોક્કસ, આપણે એવા દેશોની તુલનામાં કેવી રીતે ઊભા રહી શકીએ જે પ્રથમ-વર્ગના વ્યક્તિઓ દ્વારા ચલાવવામાં આવે છે? તેમના દેશને ચલાવતી બુદ્ધિ પ્રથમ વર્ગના મગજમાંથી આવે છે. આપણું પ્રથમ ક્રમ મગજ તેની આંખો બંધ કરીને બેસે છે. બીજા અને ત્રીજા વર્ગના લોકો હજારો વર્ષોથી દેશની નૌકાનું સંચાલન કરી રહ્યા છે. આપણે દુનિયામાં પાછળ રહેવા લાગ્યા. આપણે બીજા કે ત્રીજા વર્ગના લોકોને ફર્સ્ટ ક્લાસના લોકો સામે ન મૂકી શકીએ.

ભારતના પ્રથમ વર્ગના પ્રતિભાને સમાજના જીવન વિશે જિજ્ઞાસુ હોવું જરૂરી છે આ પ્રથમ વાત ધ્યાનમાં રાખવી જરૂરી છે. અને તેને શેનો ડર છે? અને તમને તમારી ખુશી મળી ગઈ છે, તો તમે શા માટે ચિંતા કરો છો? જે આનંદ ગુમાવી શકાય છે તેની કોઈ કિંમત નથી અને જે આનંદ તમારી ઝૂંપડીમાં, તમારી ગુફામાં અથવા તમારા મંદિરના દરવાજા બંધ કરીને એક ચોક્કસ સ્થિતિમાં રહે છે તે એક ભ્રમણા છે.

સુખની કસોટી એ છે કે જીવન જ્યાં દુ:ખ સાથે ઝઝૂમી રહ્યું હોય ત્યાં આવીને ઊભા રહેવું. અને જો આનંદ રહે તો સમજો કે એ આનંદ આધ્યાત્મિક છે, નહીં તો સમજો કે એ આનંદ આધ્યાત્મિક નથી. તે સુખ જ નથી, તે માત્ર દુ:ખની પરિસ્થિતિમાંથી છૂટકારો છે.

એક માણસ દુકાનમાં બેઠો છે, તે પરેશાન છે, તેને બાળકોની ચિંતા કરવાની છે, તેને તેમને ભણાવવાના છે, તે બીમાર છે, તેને ઘરની ચિંતા કરવાની છે, તેણે દસ લોકોની સંભાળ રાખવી પડશે - તે મુશ્કેલી છે. દસ લોકોની ચિંતાઓને બાજુ પર મૂકીને, તે જંગલમાં દોડે છે - તે વિચારે છે કે તેણે ખૂબ આનંદ કર્યો. આ સુખ નથી. જે માણસ માત્ર દસ માણસોની ચિંતા છોડીને ભાગી જાય છે તે દસ માણસોની ચિંતાનો ભાર ઉઠાવનાર અને વહન કરનાર માણસ કરતાં પણ ખરાબ છે. જો તે વિચારે છે કે

તે આનંદમાં પહોંચી ગયો છે તો તે ભૂલ છે. આ માણસ આનંદ સુધી પહોંચ્યો નથી. આ માણસે પોતાના જીવનનો ‹આહાર› છોડી દીધો. આ માણસ જવાબદારી વિના ‹બેજવાબદાર› બની ગયો. તે બેજવાબદાર બની ગયો છે. જો તમારે ખરેખર તેનો આનંદ માણવો હોય તો પાછા આવો. જીવન બોલાવે છે અને જરૂરિયાત અહીં છે. ત્યાં જંગલમાં બેસી રહેવાની જરૂર નથી. જો તમને ભગવાન મળ્યા છે, તો આવો અને આ બધા લોકોને પણ ભગવાનની શોધમાં લગાવો. પણ ના, અમારા સાધુ કહે છે તે નહિ આવે.

જો ભારતના યુવાનો આને વધુ સહન કરશે તો તે દેશની કમર તોડી નાખશે. તેનાથી દેશનું ભવિષ્ય સાવ અંધકારમય બની જશે - આ વાત છે! ભારતના યુવાનોએ પ્રાર્થના કરવી જોઈએ કે જે લોકો ત્યાં બેઠા છે તેમને મંદિરોમાંથી બહાર કાઢીએ. ત્યાં બેઠેલાઓને જંગલમાંથી બહાર કાઢો. જેઓ જીવનમાંથી ભાગી ગયા છે તેમને પાછા લાવો. ના, અમે કહીએ છીએ કે તમે જીવનમાં આવીને દુકાન ચલાવો. અમે એવું પણ નથી કહેતા કે તમે જીવનમાં આવીને અમારા જેવા બની જાઓ. પરંતુ અમે તેમને ચોક્કસપણે કહી શકીએ કે તમને જે મળ્યું છે, તે અમે પણ મેળવી શકીએ છીએ અને તમે જે કંઈ પ્રાપ્ત કર્યું છે, જેના આધારે તમે તમારું જીવન બદલ્યું છે, તેના આધારે સમગ્ર સમાજને પણ બદલી શકાય છે. હવે તમને તે મળી ગયું છે. હવે તમારી ચિંતા છોડો અને અમારી ચિંતા કરો, કે જેને કશું મળ્યું નથી.

ભારતીય સમાજે સાધુની પૂજા કરી, પરંતુ સાધુનો કોઈ ઉપયોગ કર્યો નહીં. હા, એક ઉપયોગ એ છે કે સાધુ પ્રવચન આપે છે કે ‹હું છોડીને ભાગી ગયો છું, એ જ રીતે તમે પણ છોડીને ચાલ્યા જાઓ›. તમે પાપમાં કેમ છો? ક્યાં તું જીવન બરબાદ કરે છે, કઈ બીમારીમાં! અમે આનંદમાં છીએ, તમે પણ દોડી આવો. જો કે તેઓ સારી રીતે જાણે છે કે તે સુખી જીવન જીવે છે કારણ કે ઘણા લોકો કામ કરી રહ્યા છે નહીંતર આ પચાસ લાખ લોકો એક દિવસ પણ જીવી શકશે નહીં. કોઈપણ એક માણસ દુકાનમાં પાપ કરે છે, તેથી માણસ મંદિરમાં એક જગ્યાએ બેસીને આનંદ માણી રહ્યો છે. ન તો તેને ખાવાનું મળશે, ન તેને કપડાં મળશે, ન તે એક દિવસ જીવી શકશે.

કાં તો સાધુઓને કહેવું જોઈએ કે હિમાલય જાઓ અને ક્યારેય પાછા ન ફરો. તો પછી તે ઠીક છે. અમારો સંબંધ તૂટી ગયો. પરંતુ કોઈ સાધુ બોમ્બે છોડવા માંગતો નથી, બોમ્બેમાં રહેવા માંગતો નથી. સ્થાન બદલાય છે. બહાના બનાવે છે. હું માટુંગાથી ઘાટકોપર ગયો ત્યારે ગામ બદલાઈ ગયું. અપ્રમાણિકતાની પણ એક હદ હોય છે. આ લોકો વર્ષોથી

બોમ્બેમાં સ્થાયી થયા છે. બોમ્બેનું જ શોષણ ચાલુ રાખશે! આંતરિક શાંતિમાં લીન રહેશે! તેમની આંતરિક શાંતિ જીવનની આટલી કુરૂપતા જોઈ શકતી નથી. જીવનની અપ્રમાણિકતા દેખાતી નથી! અને તેણે સમાજ છોડી દીધો છે!

આ સાધુ-સાધ્વીઓ એવા નેતાઓની ખુશામત કરતા રહેશે જેમના કારણે દેશ સડી રહ્યો છે. તેમની સાથે ફોટા પડાવવામાં ખુશી થશે. તેઓને આનંદ મળ્યો છે! ભગવાન મળી ગયા છે! જેને ભગવાન મળે છે, તેમનું જીવન અગ્નિ બની જાય છે, તેમનું જીવન રૂદન બની જાય છે, બધું બદલવાની તીવ્ર ઈચ્છા હોય છે.

સૌ પ્રથમ હું કહેવા માંગુ છું કે યુવા ક્રાંતિ પાર્ટી ‹યુક્રાન્દ› અથવા ‹યુવા દળ›એ સમગ્ર દેશમાં તાકાત ભેગી કરવી જોઈએ. સંતોને તમામનું જીવન બદલવામાં સામેલ થવા માટે કહો. પરંતુ ચાલો આપણે ભારતના સાધુને પચાસ વર્ષ સુધી જોડાવવા માટે સંમત થઈએ. ત્યારે ભારતના જીવનમાં સુગંધ આવશે.

તેનું જીવન કંઈક અલગ બની જશે. પરંતુ આપણે સાધુઓ અને સાધ્વીઓ સાથે એક અદ્ભુત કામ કર્યું છે.

સાધુમાં મહાન શક્તિ છે. પણ સંતની બધી શક્તિ એક જ કાર્યમાં વપરાય છે કે તે તમારી પાસે તેમની પૂજા કેવી રીતે કરાવે. તેની બધી શક્તિ નાશ પામે છે. તે એક મહાન શક્તિ છે. તેમની પાસે મહાન શક્તિ છે પરંતુ તે પોતાની બધી શક્તિનો ઉપયોગ તમને પૂજા કરાવવા માટે કરે છે. આપણે પણ એવા મૂર્ખ છીએ કે કોઈ હિસાબ નથી. આપણે પણ સંતનું એક જ કામ કરીએ છીએ અને તે છે પૂજા - પૂજાને લાયક ન હોય તો નિંદા કરવી. આ સિવાય અન્ય કોઈ ઉપયોગ નથી. સંતની ટીકા અથવા વખાણ કરવામાં આવે છે. આ બંને બાબતો નકામી છે અને નિંદાને પાત્ર નથી.

વખાણ કરવાનો કોઈ ફાયદો નથી. સાધુ તમારા માટે કઈ વસ્તુઓ આદર દર્શાવે છે તે શોધવા માટે આજુબાજુ જોવાનો આખો સમય પ્રયાસ કરે છે, અને ગરીબ સાથી તે જ વાતો કહેતો જાય છે.

તમે કહો છો કે માણસ નગ્ન ઊભો રહે તો આપણે તેને માન આપીશું, તો તે નગ્ન ઊભો છે. તમે કહો છો કે તે એકવાર ખાશે, તો તે એકવાર ખાય છે. જો તમે કહો છો કે તે સ્ત્રીને સ્પર્શ કરશે નહીં તો તે તેને સ્પર્શતો નથી. તમે કહો છો, ગરીબ વ્યક્તિ આવું કરી રહ્યો છે કારણ કે તેને સન્માનની જરૂર છે. તમારા સન્માન માટે શરતો છે. આ શરતોને અનુસરવામાં તે પોતાનું આખું જીવન વેડફી નાખે છે. તે તે શરતોનું પાલન કરશે જેનો તમે આદર કરશો - જો તે નહીં કરી શકે, તો તે માન

ગુમાવશે. સમાજ અને સાધુ વચ્ચેનો આટલો સંબંધ છે. તેનાથી વધુ કનેક્શન નથી. તે તમને 24 કલાક જીવનમાંથી ભાગવાનું કહેતો રહેશે. તે તમારો જેટલો દુરુપયોગ કરશે, તેટલું સારું લાગશે. તે જેટલું વધારે કહે છે કે તમે પાપી છો અને નરકમાં જશો, એટલું જ એવું લાગશે કે તે કોઈ મહાન રસની વાત કરી રહ્યો છે. નરકમાંથી બચાવવાનો પ્રયાસ કરી રહ્યો હોય.

સંતોને ભારતના જીવનમાં રસ ન હોય, ભારતમાં સદાચારી લોકો પણ સંત બનવા માંડે તો ભારતનો આત્મા નષ્ટ થઈ જાય છે. કલ્પના કરીને પણ મન આશ્ચર્યથી ભરાઈ જાય છે, જો ભારતના પાંચ હજાર વર્ષના સંતોએ માત્ર માન મેળવવાની ચિંતા ન કરીને જીવન બદલવાનો પ્રયાસ કર્યો હોત... યાદ રાખો, જીવન બદલનાર આદર સરળતાથી મળવો મુશ્કેલ છે. કારણ કે જીવન બદલવું એટલે ‹વેસ્ટેડ ઈન્ટરેસ્ટ›ને તોડવું. નકરો સ્વાર્થ છે. તેને બદલવું અને તોડવું. જીવન બદલવું એટલે સત્તા અને પદ ધરાવતા લોકોનો વિરોધ લેવો. જીવન બદલવું એટલે સમાજમાં પ્રભુત્વ ધરાવનારાઓ પ્રત્યે દુશ્મનાવટ રાખવી, કારણ કે જીવન બદલાશે તો આજે જેઓ વર્ચસ્વ ધરાવે છે તેઓ નીચે પડી જશે, જેઓ હોદ્દા પર છે તેઓ હોદ્દા વગરના બની જશે, જેઓ આજે શોષણ કરી રહ્યા છે તેઓથી શોષણ થઈ શકશે નહીં. આજે જેણે ગરદન પકડી રાખી છે તેના હાથમાંથી ગરદન છટકી જશે.

જીવન બદલવું એટલે સમાજના ઉચ્ચ વર્ગનો વિરોધ ઉઠાવવો. જીવનમાંથી સન્માન મેળવવાનું એક જ સૂત્ર છે, સમાજના ઉચ્ચ વર્ગને ખુશ રાખવા. જો ઉચ્ચ વર્ગને ખુશ રાખવો હોય તો જીવન ક્યારેય બદલી શકાતું નથી. પરંતુ તમને ઘણું સન્માન મળી શકે છે. સાધુએ બેમાંથી એક કામ કરવાનું નક્કી કરવું પડશે કે કાં તો તે પોતાની જીંદગી બદલવા માટે ઉત્સુક હશે અથવા સન્માનને લાત મારશે. તે શક્ય છે; લોકોએ તેને સંત કહેવા ન આવવું જોઈએ. પછી કદાચ, ‹મહાત્મા› ના કહો! પહેલા અમે તમને ‹મહાત્મા› માનતા હતા, હવે વાત પૂરી થઈ ગઈ છે. હવે તમે મહાત્મા નથી.

આપણે સમાજના તંત્રને જાણતા નથી. તે એક મશીન છે, તે ખૂબ જ ચતુરાઈથી કામ કરે છે. તે યુક્તિઓ એ છે કે ‹સમાજનું રોકાણ કરેલ હિત›, જેના હાથમાં સ્વાર્થી મુદ્દાઓ છે - તે નથી ઈચ્છતો કે સમાજની ખરાબ બાબતો બદલાય - પછી તે ધાર્મિક નેતાઓ હોય, રાજકીય નેતાઓ હોય, રાજકારણીઓ હોય, તે ગમે તે હોય. શ્રીમંત, પછી તે અન્ય પ્રતિષ્ઠિત વ્યક્તિઓ છે જેઓ નથી ઇચ્છતા કે સમાજ બદલાય. તેઓ લાંચમાં સમાજની પ્રતિભાને સન્માન આપે છે, જેથી

સમાજની પ્રતિભા સમાજને બદલવાનો પ્રયાસ ન કરે. સમાજની પ્રતિભા સમાજને બદલવાની કોશિશ કરે તો તે અનાદર આપવા લાગે છે. અને દરેક વ્યક્તિની અંદર એટલો અહંકાર હોય છે કે તે વિચારે છે કે ઝંઝટ ઉઠાવવી અને પૂજા પણ છોડી દેવી એ સંપૂર્ણ ગાંડપણ છે.

પરંતુ આપણે સંત પાસેથી અપેક્ષા રાખી શકીએ કે તે માનની ચિંતા ન કરે. કારણ કે ફક્ત તે જ આદરની કાળજી લે છે જે તેના અહંકારને પોષવા માંગે છે. આદરની ચિંતા કોણ કરે છે? આદરની ચિંતાનો અર્થ માત્ર એક જ વસ્તુ છે જે વ્યક્તિ પોતાના અહંકારને પોષવા માંગે છે. આદર એ અહંકારનો ખોરાક છે. હું તમારી પાસેથી આદર માંગીશ જે મારા અહંકારને પોષવા માટે છે. અને જો મારે મારા અહંકારને પોષવો છે તો મારો આત્મા ક્યાં છે? ભગવાન ક્યાં છે? શાંતિ ક્યાં છે! આનંદ ક્યાં છે! અહંકાર જ દુ:ખ છે.

ભારતના સાધુ-સંતોએ સમજવું પડશે કે તમે ખૂબ પૂજા કરાવી છે. હવે આપણે ફક્ત તે વ્યક્તિને જ સંત કહીશું જે પૂજા કરવાનો ઇનકાર કરે છે. હવે આપણે ફક્ત તે વ્યક્તિને જ સંત કહીશું જે અનાદર સહન કરવા તૈયાર હોય, જે માનની ચિંતા કરવાનું છોડી દે. હવે આપણે ફક્ત તે વ્યક્તિને જ સંત કહીશું જે સમાજનું જીવન બદલવા આતુર હોય. હવે આપણે તેને જ સંત કહીશું જે ભગવાનનું આ કાર્ય કરવા આગળ આવે.

હવે સાધુનો કોઈ ઉપદેશ ન સાંભળો. હવે સંત પાસેથી પણ જીવનમાં ક્રાંતિ જરૂરી છે. ભારતના સાધુએ ક્રાંતિ નથી કરી. ભારતના સાધુ પ્રતિક્રાંતિકારી અને પ્રતિક્રિયાવાદી સાબિત થયા છે. ભારતના સાધુ જેટલા બળથી ક્રાંતિને કોઈ રોકતું નથી. તેથી ક્રાંતિ રોકવી એ કોના હિતમાં છે.

હા, તેઓ સાધુને માન આપે છે. માન છે, તેઓ સાધુને આદર આપે છે. કારણ કે દુ:ખદ મુદ્દો ક્રાંતિને રોકવાનો છે. કોનું હિત કારણ કે ઉદાસી મુદ્દો ક્રાંતિને રોકવાનો છે. તે ગઢ છે જ્યાં ક્રાંતિ અટકે છે. તેથી જ ભારતમાં પાંચ હજાર વર્ષમાં એક પણ ક્રાંતિ થઈ નથી - ન તો વૈચારિક ક્રાંતિ, ન શૈક્ષણિક ક્રાંતિ, ન સામાજિક ક્રાંતિ, ન રાજકીય ક્રાંતિ, ન કોઈ સાંસ્કૃતિક ક્રાંતિ. વિશ્વના અન્ય દેશોમાં ક્રાંતિઓ થતી રહી. ભારતમાં ક્રાંતિ કેમ ન થઈ? ભારતમાં તે થયું નથી! ક્રાંતિ અને સમાજ વચ્ચે સંતોનો એક ખૂબ જ શક્તિશાળી સમૂહ છે, જેનું વિશ્વમાં બીજે ક્યાંય અસ્તિત્વ નથી. ફ્રાન્સમાં ક્રાંતિ થઈ શકે છે, રશિયામાં ક્રાંતિ થઈ શકે છે. સંતોનો સમુદાય સમાજ અને ક્રાંતિ વચ્ચે નથી.

સાધુ અદ્ભુત કામ કરી રહ્યા છે. ટ્રેનના ડબ્બાની વચ્ચે બફર્સ લગાવવામાં આવ્યા છે, જેના કારણે કોઈ આંચકો લાગતો નથી. કારમાં

સ્પ્રિંગ્સ લગાવવામાં આવી છે, જેના કારણે રસ્તા પર કોઈ આંચકા નથી. સાધુ આ સમાજમાં બફર અને સ્પ્રિંગ તરીકે કામ કરી રહ્યા છે. જેના કારણે સમાજ સુધી કોઈ આંચકો પહોંચતો નથી.

આ સ્થિતિ બદલવી પડશે. યુવાનો આને બદલી શકે છે. તેને કેવી રીતે બદલી શકાય? પ્રથમ, નક્કી કરો કે તમે સંતને ત્યારે જ માન આપશો જ્યારે તે જીવનમાં રસ લેશે અને તેનું જીવન બદલવા માટે તૈયાર હશે. જીવન બદલવું એ પ્રાર્થના અને ધ્યાન ગણાશે. પછી માન આપીશું કે નહીં આપીશું.

જો યુવાનોનું જૂથ આ નક્કી કરે તો બે વર્ષમાં સાધુને રસ્તા પર લાવી શકાય છે. તેને માર્ગ પર આવવા કહો અને તેનું જીવન બદલવાની ચિંતા કરો. પરંતુ યુવાનો ભૂલ કરી રહ્યા છે. યુવાનો સાધુથી દૂર ગયા છે. વૃદ્ધો સંતના ચરણ સ્પર્શ કરી રહ્યા છે. યુવાનમાત્ર સાધુ પાસે જતા નથી. યુવાનોએ સાધુ પાસે જવું જોઈએ. ચરણ સ્પર્શ કરવા માટે નહીં, પરંતુ સંતને જીવન અને સમાજમાં ખેંચવા માટે. અને ચોક્કસપણે ચરણ સ્પર્શ કરો, જે દિવસે સંત તેનું જીવન બદલવા આતુર બને, તેને માન આપો. કારણ કે તે ઘણો અનાદર સહન કરવા માટે સંમત છે. પરંતુ તે કરવું પડશે. આ સંતોનો કેટલો મોટો સમૂહ. યુવાનો નિર્ણય લેશે અને સત્યાગ્રહનો ખ્યાલ તેમના મનમાં હશે કે સાધુને આપણા જીવનમાં લાવીએ તો પરિવર્તન આવી શકે છે.

બર્ટ્રાન્ડ રસેલે એક નિવેદન આપ્યું છે અને એક લેખ લખ્યો છે. મને એ લેખનું શીર્ષક ગમ્યું. તે લેખનું શીર્ષક ‹ધ હાર્મ ધેટ ગુડ મેન ડુ›-

ખૂબ જ આશ્ચર્ય થયું. તે કયા પ્રકારનું શીર્ષક છે? સારા માણસો જે નુકસાન પહોંચાડે છે. શું સારો માણસ ક્યારેય નુકસાન કરે છે? શું તમે ક્યારેય આ વાત સાંભળી છે? ખરાબ માણસોએ ક્યારેય આટલું નુકસાન કર્યું નથી. ખરાબ માણસો નબળા હોય છે. ખરાબ વ્યક્તિની શક્તિ શું છે? ખરાબ માણસ ક્યારેય દુનિયાને વધારે નુકસાન પહોંચાડી શકતો નથી કારણ કે ખરાબ માણસમાં શક્તિ નથી હોતી, આત્મા નથી હોતો. સારા માણસો હંમેશા દુનિયાને નુકસાન પહોંચાડે છે. કારણ કે સારા માણસ પાસે શક્તિ અને સામર્થ્ય હોય છે. સારો માણસ જગતને લાભની સાથે નુકસાન પણ કરાવી શકે છે. જેને ફાયદો થાય તે જ નુકસાન કરી શકે છે. જે લાભ નથી કરી શકતો તે નુકસાન કરી શકતો નથી. આ સમજવું જરૂરી છે. ખરાબ માણસ દુનિયાને કોઈ ફાયદો પહોંચાડી શકતો નથી. તેથી સાવચેત રહો. જેની પાસે લાભ કરવાની શક્તિ નથી તેની પાસે નુકસાન કરવાની શક્તિ નથી. અને તે હદે નુકસાન પહોંચાડી શકે છે, તે

લાભ પણ આપી શકે છે. લાભ અને નુકસાન કરવાની શક્તિ એક છે. તે ફાયદાની સાથે નુકસાન પણ લાવી શકે છે.

એક સારો માણસ નુકસાન કરી શકે છે, જેમ સારો માણસ સારું કરી શકે છે. સૌપ્રથમ, તે નુકસાન પહોંચાડી શકે છે અને લાભ નથી, તે માત્ર અટકે છે. જો તે કોઈ લાભ લાવશે નહીં, તો તે ભારે નુકસાન કરશે અને તેનો કોઈ ઉલ્લેખ નથી. તમે અમને નુકસાન પહોંચાડ્યું - કારણ કે નકારાત્મક - તેણે હકારાત્મક નુકસાન પહોંચાડ્યું નથી!

સમજો કે ગાંધીજી પણ સાધુ બનીને હિમાલયમાં ગયા હોત તો ગાંધીજીએ તમને નુકસાન પહોંચાડ્યું હોય તે માટે કોઈ જવાબદાર ન ગણાય. આજે આપણે કહીએ છીએ કે ગાંધીથી આપણને કેટલો ફાયદો થયો છે. પરંતુ જો ગાંધી ભગવા વસ્ત્રો પહેરીને જંગલમાં ગયા હોત તો તેમને કેટલું નુકસાન થયું તે તમે કહી ન શક્યા હોત. કારણ કે નેગેટિવ નુકસાન કેટલે સુધી પહોંચે છે તે જાણવાનો કોઈ રસ્તો નથી. જો એક ગાંધી ગયા હોત, તો ભારતમાં જીવન સંપૂર્ણપણે અલગ હોત. ભારતનો આત્મા ઊભો રહેતો નથી. એક ગાંધીને હટાવવાથી પરિસ્થિતિ એવી થઈ હશે કે ભારતમાંથી કેટલા ગાંધી દૂર થયા, તમારી પાસે હિસાબ છે? જો આમાંથી કોઈ પણ લોકો દૂર ન ગયા હોત તો દેશ એક અલગ દેશ બની ગયો હોત. તેનું તેજ અને ચમક અલગ હોત. તેની પ્રતિભા અલગ હોત. તેની તાકાત અલગ હોત. પરંતુ ના તેઓ ખસી ગયા. તેની ગણતરી કરવી મુશ્કેલ છે. પરંતુ આપણે નુકસાનને સમજી શકીએ છીએ. તેઓ કેમ દૂર ગયા? આપણે તેને કેમ જવા દીધા? એ સમાજ પોતાના સારા માણસને કેમ જવા દે છે? અને યાદ રાખો, જ્યારે સારો માણસ જાય છે, ત્યારે ખરાબ માણસ જગ્યા ભરે છે. આ દુનિયામાં કોઈ જગ્યા ખાલી નથી. ત્યાં કોઈ શૂન્યાવકાશ નથી કે તમે દૂર જાઓ તો જગ્યા ખાલી રહે છે, જ્યારે કંઈક સારું આવે ત્યારે તે ભરાઈ જાય છે. ખરાબ માણસો દરેક જગ્યાએ હાજર છે. તે રાહ જુએ છે કે મહારાજ, તમે ચાલ્યા જાઓ, અમે તમારી જગ્યાએ આવીશું. એ ખરાબ માણસ (પીછેહઠ કરનાર માણસ)ના ખૂબ વખાણ કરે છે કે તમે બહુ મહાત્મા માણસ છો. તમે દૂર જઈને એક મહાન કામ કર્યું. કારણ કે જો સમાજમાં સારો માણસ હોય તો ખરાબ માણસ સમાજનું નેતૃત્વ સંભાળી શકે નહીં. પણ સારો માણસ ભાગી જાય છે, ખરાબ માણસ તેની જગ્યાએ બેસી જાય છે.

ભારતના રાજકારણીઓ ખૂબ ખુશ છે કે ભારતનો ભલો માણસ જંગલમાં જાય છે. કારણ કે જ્યારે સારો માણસ જંગલમાં જાય છે ત્યારે તે ખરાબ માણસ માટે જગ્યા ખાલી કરી દે છે. તેથી જ તેઓ તેને ગામની બહાર લેવા અને અભિવાદન કરવા જાય છે. રાજકારણી ગામની બહાર

જાય છે, મંત્રી બહાર જાય છે. આમ તો સાધુ આવી રહ્યા છે, મારું સ્વાગત કરો. વિદાય આપવા માટે તે ગામની બહાર પણ જાય છે. તે જાણે છે કે ભલા માણસે મોટી કૃપા કરી. જો જીવનમાં આવું ન બન્યું હોત, તો આપણે અહીં ન હોત, જ્યાં છીએ. તે ખૂબ જ મુશ્કેલ હતું. ખરાબ વ્યક્તિ માટે જગ્યા ખાલી કરવામાં આવી રહી છે.

જો ભારતનું ભવિષ્ય બદલવું હોય તો સારા માણસને રોકવો પડશે. તમારે ઊભા રહેવા માટે મજબૂત થવું પડશે, ભાગશો નહીં. કારણ કે ખરાબ વ્યક્તિ લાંબા સમયથી આપણું નેતૃત્વ કરી રહી છે. તે આપણને ખાડામાં પાડી રહ્યો છે. સારા માણસે જીવનમાં મક્કમ રહેવું પડશે. સારા માણસે દરેક સ્વરૂપે ઊભા રહેવું પડશે. સારા માણસે નુકસાન કર્યું છે.

શું આપણે સારા માણસને જીવનમાં લાવવાની વ્યવસ્થા કરી શકીએ? આ યુવા ક્રાંતિ પાર્ટીએ વિચારવું જોઈએ અને ચિંતન કરવું જોઈએ. એ બાબતે વિચાર કરવો જોઈએ. સમગ્ર દેશમાં સંવાદની જરૂર છે. દેશભરના યુવાનોએ વિચારવું જોઈએ. દરેક યુનિવર્સિટી કેમ્પસમાં વિચારો કે સારા માણસને કેવી રીતે રોકી શકાય. ભલભલા માણસની ભાગવાની આદત એટલી પ્રાચીન થઈ ગઈ છે કે તેને તોડવી મુશ્કેલ છે. ભાગવામાં ખુબ ખુશી છે કારણ કે ભાગવાથી વ્યક્તિ મુશ્કેલીમાંથી બહાર આવી જાય છે. યુદ્ધના મેદાનમાં લડવું

દુઃખની વાત એ છે કે, ભાગવું હંમેશા સરળ છે. જીવનના ક્ષેત્રની આ સ્થિતિ છે. આપણે ડરપોકને યુદ્ધના મેદાનમાં માન આપતા નથી, તેથી જ વીર માણસ યુદ્ધના મેદાનમાં ઊભો રહે છે. જીવનના ક્ષેત્રમાં આપણે ભાગી ગયેલા કાયરોને આદર આપીએ છીએ. તેથી જ જેને જીવનમાં સુવિધાઓ મળે છે તે ભાગી જાય છે.

જીવનના સંઘર્ષમાં પણ આપણે તેમનો આદર કરવો પડશે. આપણે આદરનું મૂલ્ય, સમગ્ર ‹મૂલ્યો› બદલવા પડશે - કે જેઓ જીવનના ક્ષેત્રમાં ઊભા રહીને લડે છે, હા, સંતની જેમ નહીં, સાધુની જેમ લડે છે. સંતની જેમ લડવામાં વધુ મજા છે. સંતની જેમ લડવું એ બહુ દુઃખી છે. સંતની જેમ લડવામાં બહુ મજા આવે છે. અને જેઓ સંતની જેમ લડી શકતા નથી અને સંતની જેમ લડવાનું ટાળી શકતા નથી તેઓ ભાગી જાય છે. પરંતુ ન તો તેઓ સાધુ રહે છે અને ન તો તેઓ બિન-સાધુ રહે છે. તેઓ એ જીવનને પાછળ છોડીને ભાગી ગયા જ્યાં જ્યાં પરીક્ષા હતી.

શું ભારતના જીવનમાં આ ક્રાંતિ લાવી શકાય કે જેથી સારા માણસને રોકી શકાય? અને જે ભલભલા માણસ ગયા છે તેને કહો કે પાછો આવીને તેનું જીવન બદલી નાખ. અહીં જીવન ખૂબ જ ગંદું થઈ ગયું છે. બગીચો નાશ પામ્યો હતો. ફૂલો ખીલતા બંધ થઈ ગયા. ક્યાં સુધી તું

તારી શાંતિ શોધતો રહીશ? જો તમને મળી ગઈ હોય તો આવો. અને શું એવું ન હોઈ શકે કે આપણી બેચેની દૂર કરવી એ પણ આંતરિક શાંતિ મેળવવાનો માર્ગ છે? મને લાગે છે કે જે વ્યક્તિ બીજાના દુઃખ દૂર કરવા લાગે છે, તેના પોતાના દુઃખ તરત જ સમાપ્ત થઈ જાય છે. જ્યાં સુધી માણસ પોતાના દુ:ખને દૂર કરવાનો પ્રયત્ન કરતો રહે છે ત્યાં સુધી તેનું દુ:ખ ટકી રહે છે. અને જે દિવસે તે બીજાના દુ:ખનો અંત લાવવાનો સંકલ્પ કરે છે, તે જોશે કે તેના તમામ આંતરિક દુ:ખ દૂર થવા લાગે છે. કારણ કે સૌથી મોટું દુ:ખ એ છે કે દુ:ખમાં એકાગ્ર થવું, અહંકાર કેન્દ્રિત થવું! આનાથી મોટું કોઈ દુ:ખ નથી. અને જે વ્યક્તિ પોતાના ‹સેન્ટર›ને પોતાના પર રાખીને જીવે છે કે તેણે તેના દુ:ખને દૂર કરવા, તેની અશાંતિ દૂર કરવી, તેના તણાવને દૂર કરવો છે, તે માણસ વધુ ને વધુ દુ:ખી થતો જાય છે. કારણ કે દુ:ખનું સૌથી મોટું કારણ ‹હું› છે - હું !

જો માણસ જીવનની આસપાસના દુ:ખને દૂર કરવાનો પ્રયાસ કરવા લાગે તો તેને ખબર પડે કે હું ભાંગી ગયો છું, હું ખોવાઈ ગયો છું, હું ગયો છું, હું ગયો છું, હવે હું ક્યાં છું? જીવનમાં દુ:ખ તો ઘણા છે કે કોને કહું, હું બેચેન છું! અને જો એક વ્યક્તિ બીજાના દુઃખને દૂર કરવામાં સામેલ થાય તો ખૂબ જ આશ્ચર્યજનક ઘટના બને કે તેનું દુ:ખ દૂર થવા લાગે છે. કારણ કે તે પોતે જ અદૃશ્ય થવા લાગે છે. પણ આ વિચાર બનાવવો પડશે, આ સમાચાર દરેક ગામ, દરેક વ્યક્તિ સુધી પહોંચાડવા પડશે.

માત્ર સમાચારો જ લઈ જવાના નથી, આ માટે કેટલાક સક્રિય પગલાં લેવા પડશે. હું ઇચ્છું છું કે એક હજાર યુવાનો દરેક સંત શિબિરમાં જાય, તેમને ઘેરી લે, અને કહે, ભાગશો નહીં, જીવનમાં પાછા આવો, અમને બદલો. અહીં જનજીવન ખૂબ જ પીડાઈ રહ્યું છે. અહીંના જીવનમાં ઘણો અન્યાય છે, વ્યભિચાર ઘણો છે, અનાચાર ઘણો છે, તેને દૂર કરો. આ કેવી રીતે દૂર કરી શકાય - વિચારો, અને બહાર આવો! હવે અમે તમને મંદિરોમાં નહીં રહેવા દઈએ, કારણ કે અમે સમગ્ર સમાજને મંદિરોમાં ફેરવવા માંગીએ છીએ. અહીં આવો, આ બંધ મંદિરો, નાના મંદિરો નહીં ચાલે. અમે સમગ્ર સમાજને મંદિર બનાવવા માંગીએ છીએ. એકવાર માટે ભારતના સારા માણસને જીવનનો આનંદ માણવા માટે ઉત્સુક બનાવવો પડશે અને આદરનો ખ્યાલ બદલવો પડશે. અને યાદ રાખો; આદરની વિભાવના બદલાતાની સાથે જ ક્રાંતિ થાય છે. આપણે જાણતા નથી કે માણસનું મન કેવી રીતે કામ કરે છે!

1932 અથવા 1933માં રાહુલ સાંકૃત્યન પ્રથમ વખત રશિયા ગયા હતા. તેના હાથ ખૂબ જ સુંદર હતા. તેના હાથ ખૂબ જ નરમ અને સુંવાળાં હતા - જાણે સ્ત્રીના, એવું કહેવું જોઈએ કે હાથ જાણે સ્ત્રીઓ જેવા

હતા. ક્યારેય કોઈ કામ કર્યું નહોતું. તેમના હાથમાં મજૂરોની સળ નહોતી. જેનો હાથ ત્યાં જોયો તે આટલો સુંદર, આટલો કોમળ, આવો મખમલી હાથ! તે પ્રથમ વખત રશિયા ગયો હતો. સ્ટેશન પર તેમનું સ્વાગત કરનાર વ્યક્તિએ હાથ મિલાવ્યા અને તેમના હાથ એવી રીતે ખેંચ્યા કે તેમને આશ્ચર્ય થયું કે શું મામલો છે. તેણે પૂછ્યું શું વાત છે? તેણે કહ્યું કે તમને દરેક જગ્યાએ સમસ્યાઓનો સામનો કરવો પડશે, જે પણ તમારી સાથે હાથ મિલાવશે તે સમજી જશે કે આ વ્યક્તિ ફ્રીલોડર છે. આ હાથ એટલો સ્થિતિસ્થાપક છે કે તેણે ક્યારેય કામ કર્યું નથી. તમે રશિયામાં કાળજીપૂર્વક હાથ મિલાવશો. અમે તે વ્યક્તિનો આદર કરીએ છીએ જેના હાથમાં વેતનનો પુરાવો હોય, અન્યથા અમે તેને ફ્રીલોડર માનીએ છીએ. તમે ફ્રીલોડર્સમાંના એક છો. રાહુલે લખ્યું છે કે આખું રશિયા ડરી ગયું હતું - મારા હાથના વખાણ કરવાનું ભૂલી જાઓ, જેણે પણ મારી સાથે હાથ મિલાવ્યો, મને તેના ચહેરા પર લાગ્યું કે તે વ્યક્તિ મારા હાથને લઈને સારો નિર્ણય નથી લઈ રહ્યો. આશ્ચર્યની વાત એ છે કે જે માણસ સૌથી ઓછું કામ કરે છે તેને આપણે સૌથી વધુ માન આપીએ છીએ. ઠીક છે, પછી

જેઓ ઓછામાં ઓછું કામ કરે છે તેમને તમે સૌથી વધુ સન્માન આપો અને દેશ કાયર અને આળસુ બની જશે તો શા માટે રડવું? રડવાની શું જરૂર છે?

આપણું મૂલ્યાંકન ખોટું છે. નહેરુજી વિશે હું જાણું છું કે તેમના દાદા પટાવાળા હતા, પરંતુ તેમણે તેમનો ઉલ્લેખ કર્યો નથી. પરંતુ પટાવાળાનો ઉલ્લેખ કેવી રીતે કરવો જોઈએ? તેમણે મોતીલાલજી વિશે ઘણી વાત કરી છે, પણ તેમના દાદા વિશે જરાય વાત કરી નથી. મુદ્દો પણ ઉઠાવ્યો ન હતો. કારણ કે દાદા પટાવાળા હતા. તેમનો મુદ્દો ઉઠાવવામાં આવ્યો ન હતો કારણ કે પટાવાળાનો પૌત્ર હોવું એ ખૂબ જ દુઃખદ બાબત છે. અને જ્યારે એક વ્યક્તિએ ભાષણમાં આ મુદ્દો ઉઠાવ્યો કે નહેરુજીના દાદા પટાવાળા હતા ત્યારે નહેરુજી ખૂબ ગુસ્સે થયા અને કહ્યું કે તમે પરિવાર વિશે સંશોધન કરો છો? હું કોઈના પરિવાર વિશે કંઈ શોધવા માંગતો નથી. આ કોઈ સારા માણસની નિશાની નથી. પણ પટાવાળા બનવું એ ખરાબ વાત નથી. પટાવાળા બનવામાં શું નુકસાન છે? જો મજૂરીમાં દુષ્ટતા હોય તો પટાવાળામાં દુષ્ટતા છે.

હું ઉદાહરણ તરીકે કહું છું, આપણા મૂલ્યો શું છે? સમાજની રચના કેવી રીતે થાય છે? જો આપણે શ્રમનું સન્માન કરીશું, તો એક નિશ્ચયી અને પરિશ્રમશીલ સમાજનું નિર્માણ થશે. જો આપણે શૂન્ય શ્રમને આદર આપીશું - જો આપણે કામ ન કરતા લોકોને આદર આપીશું, તો કાયર,

આળસુ અને બેકાર સમાજનું નિર્માણ થશે. જો આપણે સારા લોકોનો આદર કરીએ છીએ, જેઓ જીવનમાં સક્રિય છે, તો તેઓ જીવનમાં સક્રિય રહેશે. અને જો આપણે ભાગી રહેલા લોકોને માન આપીએ તો સારા લોકો ભાગી જશે. જો તેઓ જીવનમાં સક્રિય હોય અને અનાદરનો સામનો કરે તો પણ, બહુ ઓછા લોકો હિંમત એકત્ર કરી શકશે - તેઓ ભાગી જશે.

તમે કદાચ નહિ જાણતા હો કે ગાંધીજીને હજારો પત્રો આવતા હતા કે તમે મહાત્મા હોવા છતાં આ ગંદા ધંધામાં શા માટે સામેલ છો? આ છોડી દો. તમારા ભગવાનને શોધો. ગાંધીજી એક બહાદુર માણસ હશે – તેમણે આ પત્રોની ચિંતા કરી ન હતી. બાય ધ વે, પત્રોવાળા આ લોકો તેમને સાદગીનો માર્ગ કહેતા હતા. તમે ક્યાં મુશ્કેલીમાં છો? બિનજરૂરી જેલમાં જવું, પરેશાન થવું, આ બધી સમસ્યાઓનો સામનો કરવો અને મહાત્મા ગિરીમાં પણ શંકા ઊભી કરવી? જો ‹યુથફોર્સ›ના યુવક-યુવતીઓ આ તરફ થોડું ધ્યાન આપે અને જીવન ક્રાંતિ માટે સાધુઓને સૈનિકોમાં પરિવર્તિત કરી શકે તો ભારત બદલાઈ શકે છે. આ પહેલી વાત છે - અને બીજી એક વાત, પછી હું મારી વાત અહીં પૂરી કરીશ.

ભારતમાં સારા માણસે સક્રિય રહેવું પડે છે - એક સૂત્ર; અને બીજો મુદ્દો - ભારત અત્યાર સુધી શબ્દોમાં વિચારવા ટેવાયેલું છે - હકીકતમાં નહીં. આપણે હંમેશા શબ્દોની રમતમાં ખોવાઈ જઈએ છીએ. આપણને યાદ પણ નથી - શબ્દો અને હકીકતમાં ઘણો તફાવત છે. હકીકત એ એક વસ્તુ છે અને શબ્દો એ બીજી વસ્તુ છે. પણ આપણી આ આદત એટલી જૂની થઈ ગઈ છે કે આપણે બધા શબ્દોમાં ખોવાઈ જઈએ છીએ અને શબ્દોમાં વિચારવા લાગીએ છીએ. શબ્દોની એક અલગ સફર શરૂ થાય છે. અને હકીકત રહે છે અને હકીકત શું છે તેની આપણને પરવા નથી? હકીકત શું છે? ધીરે ધીરે શબ્દોની જાળી સર્જાતી જાય છે અને જીવન ઉદાસ બની જાય છે. હકીકતો સાથે જીવન બદલાય છે. જીવન શબ્દોથી બદલાતું નથી. કારણ કે આપણે શબ્દોના વ્યસની બની ગયા છીએ - હવે આપણે હકીકતો માટે ટેવાયેલા નથી. તેથી જ ભારતમાં વિજ્ઞાનનો જન્મ થઈ શક્યો નથી. વિજ્ઞાન જન્મી શક્યું નથી. ફિલસૂફીનો જન્મ થયો - પણ ફિલસૂફી એ શબ્દોની રમત છે. વિજ્ઞાનનો જન્મ નથી થયો કારણ કે વિજ્ઞાન તથ્યો પર ચાલે છે. જો ભારતમાં વૈજ્ઞાનિક માનસનો જન્મ નહીં થાય તો ભારતનું ભવિષ્ય ખરાબથી અતિ ખરાબ તરફ જશે.

તેથી, હું ‹યુથફોર્સ›ના મિત્રોને કહીશ કે બીજો પ્રયાસ ભારતમાં વૈજ્ઞાનિક પ્રવાહ બનાવવાનો હોવો જોઈએ. અમે ઘણી બધી ફિલસૂફી વિશે વિચાર્યું. ફિલોસોફી આપણને ઊંડા ખાડામાં લઈ ગઈ છે. ફિલસૂફીની બાબત બહુ ખતરનાક બની ગઈ છે. આપણે શબ્દોની એટલી બધી છાલ

ઉતારી દીધી છે કે આપણે ભૂલી ગયા છીએ કે આપણા હાથમાં ફક્ત શબ્દો જ બચ્યા છે. અને તેમની ચામડી ઉતેડતા જ રહ્યા તર્કને નીચે ને નીચે લઈ ગયા.

હમણાં જ હું એક પુસ્તક જોઈ રહ્યો હતો. એક પશ્ચિમી પ્રવાસી ‹ડેનિશ› ભારત આવ્યો હતો. તેણે સ્વામી શિવાનંદનું પુસ્તક વાંચ્યું. તે પુસ્તકમાં લખ્યું છે કે ઓમનો પાઠ કરવાથી તમામ પ્રકારના રોગો તરત જ મટી જાય છે. આપણી પાસે આવા ઘણા પુસ્તકો છે જે નમોકાર મંત્ર વાંચવાથી બધા દુ:ખ દૂર થઈ જાય છે, બધી બીમારીઓ દૂર થઈ જાય છે. વાસ્તવમાં એવું પણ લખ્યું છે કે જો કોઈ વ્યક્તિ પૂરી ભક્તિ સાથે ઓમનો પાઠ કરે તો મૃત્યુને પણ જીતી શકાય છે. જ્યારે ડેનિશે તે પુસ્તક વાંચ્યું, ત્યારે તેને લાગ્યું કે સ્વામી શિવાનંદે કંઈક અદભૂત શોધ કરી છે. જો આ રહસ્ય જાણી લેવામાં આવે તો સમગ્ર વિશ્વમાં મૃત્યુ પર વિજય મેળવી શકાય છે - રોગો દૂર થઈ જશે. આ મેડિકલ કોલેજો અને આયુર્વેદ, એલોપેથી અને હોમિયોપેથી બંધ કરો - આ બધા પાગલખાનાઓ, તેમની શું જરૂર છે? વાત પૂરી થઈ ગઈ. એક નાનું સૂત્ર મળ્યું. આ માણસને એકદમ ‹ફાઉન્ડેશનલ› વસ્તુ મળી ગઈ છે. શબ્દનો જાપ કરવાથી બધું ઉકેલાઈ જાય છે.

તે સ્વામી શિવાનંદના આશ્રમમાં ગયો. તેણે જઈને કહ્યું કે તે અત્યારે સ્વામીને મળવા માંગે છે. હું એક ક્ષણ પણ ગુમાવવા માંગતો નથી. કોણ જાણે, હું મરી જઈશ અને ઓમનો એ પાઠ શીખી શકીશ નહીં. અત્યારે મને સ્વામીજી સાથે મેળવી આપો. સ્વામીજીના સેક્રેટરીએ કહ્યું, અત્યારે મળવું શક્ય નથી! સ્વામીજી બીમાર છે!! તેના ડૉક્ટર તેની સારવાર કરી રહ્યા છે !!! (તાળીઓ)

તે માણસે આશ્ચર્ય સાથે પૂછ્યું, શું? સ્વામીજી ક્યારેય બીમાર ન પડી શકે! સ્વામીજી કેવી રીતે બીમાર પડી શકે? સ્વામીજીએ એક યુક્તિ શોધી કાઢી છે, તેઓ બીમાર ન હોઈ શકે! તેઓ ક્યારેય મરી શકતા નથી! સેક્રેટરીએ કહ્યું, હું જૂઠું શા માટે બોલીશ? સ્વામીજી બીમાર છે! ડૉક્ટર હમણાં જ તેને જોવા ગયા છે. તમારે એક કલાક રાહ જોવી પડશે. તે ડેનિશ આશ્ચર્યચકિત થઈ ગયો. કારણ કે સ્વામી શિવાનંદ સંત બનતા પહેલા ડોક્ટર હતા. ડૉક્ટર પાસે એટલી બુદ્ધિ હોવી જોઈએ કે તે શું લખી રહ્યો છે? શું કહી રહ્યો છે? પરંતુ ભારતમાં સ્વામી શિવાનંદ પાસે જઈને આ પ્રશ્ન કોઈ ઉઠાવશે નહીં. કોઈ પણ પુસ્તક વાંચીને કહેશે ‹વાહ-વાહ›, તમે શું અદ્ભુત વાત કરી છે! કોઈ સવાલ ઉઠાવશે નહીં. કોઈ જઈને શિવાનંદની ધરપકડ કરીને આનો જવાબ આપશે અને પ્રયોગ કરશે અને

કહેશે કે હકીકત શું છે? જો ઓમના પાઠ દ્વારા મૃત્યુ પર વિજય મેળવી શકાય છે, તો તમારા સાધુઓ ક્યારેય મૃત્યુ પામવા જોઈએ નહીં - એવો એક પણ અસ્તિત્વમાં નથી!

પરંતુ આપણે હકીકત વિચારતા નથી. આપણે તથ્યો વિશે વિચારતા નથી અને મરતા રહીએ છીએ. આપણે મૂર્ખ વસ્તુઓનું પુનરાવર્તન કરીએ છીએ. કોઈ ક્યારેય ઉભા થઈને કહેશે નહીં કે તમે શું બોલો છો? તેનો અર્થ શું છે? તેનો મતલબ શું છે? એ માણસ વિચારમાં પડી ગયો.

જેને અમૃત કહી શકાય તેનો ઉકેલ મેં શોધી કાઢ્યો છે. જો તમને ફિલોસોફરનો પથ્થર મળે, તો તમારા જીવનમાં બધું બદલાઈ જશે. તે માણસ ખૂબ જ દુઃખી થઈ ગયો. જ્યારે તે જોવા ગયો તો તેણે જોયું કે બે માણસો સ્વામી શિવાનંદને પકડીને ઉભા હતા. ઓહો! તેણે કહ્યું- શું થયું? અને તેણે જોયું કે આ માણસ જલ્દી મરી જશે. લાંબો સમય નહીં ટકે. હાલત એકદમ ખરાબ છે. પણ આપણે કહીશું કે આ માણસ સ્વામી પર શંકા કરે છે! આ વ્યક્તિમાં ગડબડ છે. આ વ્યક્તિએ વિશ્વાસ કરવો જોઈએ, શંકા નહીં. જે સ્વામીએ કહ્યું હોય તે સાચું હોય અને આપણી વચ્ચે કોઈ ધાર્મિક વ્યક્તિ બેઠો હોત તો તેણે કહ્યું હોત કે તમે સમજતા નથી. સ્વામી બીમાર પડતી લીલાને જોઈ રહ્યા છે. આ બધી લીલા છે, આ આખો માયાનો ખેલ ચાલે છે! તમે સમજતા નથી. ડૉક્ટર પણ લીલા છે! સ્વામી અમર છે! સ્વામી ક્યાં બીમાર છે? તેઓ અમર છે! તે સચ્ચિદાનંદનું મૂર્ત સ્વરૂપ છે! તેઓ ક્યારેય બીમાર પડતા નથી.

આપણા મનમાં આટલી તુચ્છતા, આટલી ચાલાકી છે, જેનો કોઈ હિસાબ નથી. ભારતના યુવાનોએ આ બસ્ટાન્ડ્રીને આગ લગાડવી જોઈએ અને સ્પષ્ટ રીતે વિચારવાની હિંમત ભેગી કરવી જોઈએ. ચિંતા કરશો નહીં, હજારો વર્ષો પહેલાના આપણા ઘણા પ્રિય ભ્રમ, જ્વાળાઓમાં ફાટી જશે. પરંતુ ચિંતા કરશો નહીં, જો આપણે જીવનની નગ્ન હકીકતોને સીધી અને સ્પષ્ટ રીતે પકડી શકીએ, તો આપણે તેને બદલવા માટે કંઈક કરી શકીશું.

રોગ બદલી શકાય છે! અને એવી સંભાવના છે કે કોઈ દિવસ માણસ મરવાનું બંધ કરી દે. પરંતુ ઓમના પાઠ કરવાથી આવું નહીં થાય. આ બધી એક શક્યતા છે, એવી સંભાવના છે કે માણસ એવું સ્વાસ્થ્ય બનાવી શકે કે વહેલા કે મોડા રોગ અશક્ય બની જાય. રોગ ઓછો થઈ શકે છે, વધી શકે છે, અશક્ય પણ બની શકે છે, પરંતુ ઓમના પાઠ કરવાથી આવું નહીં થાય. રોગનું કારણ શું છે, રોગ થવાના કારણો શું છે, આરોગ્યનું રહસ્ય શું છે, તે દિશામાં શોધ કરીને આજે નહીં તો કાલે માનવતા સ્વસ્થ જીવન જીવે તેવી શકયતા છે. માંદગી એક દુર્લભ

ઘટના બની જવી જોઈએ કે કોઈ વ્યક્તિ બીમાર પડે. આજકાલ તેનાથી વિપરીત છે, ક્યારેક જ વ્યક્તિ સ્વસ્થ હોય છે.

આ બેકફાયર થઈ શકે છે. મૃત્યુને પણ લાંબા સમય સુધી ટાળી શકાય તેવી શક્યતા છે. વ્યક્તિ અનંત સુધી દબાણ કરી શકે છે, પરંતુ ઓમના પાઠ કરવાથી આ થઈ શકશે નહીં, અને જે સમુદાય વિચારે છે કે ઓમના પાઠથી આ થઈ જશે, તે સમુદાય ક્યારેય તથ્યો શોધશે નહીં. અહીં તે બીમારીથી મૃત્યુ પામશે, બીજી બાજુ પુસ્તકોમાં લખેલું હશે કે ઓમના પાઠ કરવાથી તમામ રોગો મટી જાય છે. આપણાથી નાનો કોઈ સમાજ નથી. અને આપણાથી ઉચ્ચ વસ્તુઓ વિશે કોઈ જાણતું નથી કે ઓમના પાઠ કરવાથી બધું ઠીક થઈ જાય છે. શું તમે ક્યારેય આ બે વિરોધાભાસ જોયા છે? બીજી વાત, મને લાગે છે કે કદાચ આપણે એટલા બિનઆરોગ્યપ્રદ છીએ કે આપણે શું થઈ રહ્યું છે તે શોધવામાં પણ સક્ષમ નથી. માટે પુસ્તકોમાં આવી અપ્રમાણિક યુક્તિઓ લખીને મનને રાહત આપીએ છીએ, સંતોષ આપીએ છીએ કે ઓમનો પાઠ કરવાથી બધું સારું થઈ જાય છે.

ના, આપણે આવું ચાલુ રાખી શકીએ નહીં. વૈજ્ઞાનિક બુદ્ધિ જરૂરી છે. અને વૈજ્ઞાનિક બુદ્ધિનો જન્મ થાય છે, ‹તથ્યો વિશે વિચારવાથી› - હકીકત શું છે તે સમજો અને તેને ઉજાગર કરો. શબ્દોની છીપ છોડી દો. શબ્દો ગમે તેટલા જૂના હોય, ગમે તેટલા ગાઢ હોય, ગમે તેટલા મહાપુરુષોએ કહ્યું હોય, શબ્દો તો શબ્દો જ હોય છે. તેમને ખોલો - તોડો- અને જો તમને તથ્યો ન મળે, તો શબ્દો ફેંકી દો. ભારત પર શબ્દોનો આટલો મોટો કચરો જમા થયો છે, એ શબ્દોને જડમૂળથી અલગ કરવા પડશે. જો આપણે નીચેની હકીકતો જાણીએ કે તે ક્યાં ખોવાઈ ગયા છે, આપણે તેને પકડીને શોધી કાઢવા પડશે, તો કદાચ આપણે આપણું જીવન બદલવાનું વિચારી શકીએ.

પરંતુ દરેક જગ્યાએ આ સ્થિતિ છે. જો માણસ ગરીબ હોય તો આપણે કહીશું કે તે પૂર્વજન્મથી ગરીબ છે. ગરીબીનું કારણ શું છે તેની કોઈને પરવા નથી. શોધો, જાઓ, જુઓ, ત્યાં ગરીબ માણસ કેમ છે? આપણે જાણીએ છીએ કે તેણે તેના પાછલા જન્મમાં ખરાબ કાર્યો કર્યા છે, તેથી તે ગરીબ છે. એક સાધુથી માંડીને પચાસ લાખ જેટલા સાધુ આખા દેશને સમજાવી રહ્યા છે. માણસ ગરીબ છે કારણ કે તેણે તેના પાછલા જન્મમાં ખરાબ કાર્યો કર્યા છે. આ જૂઠાણું તોડવા માટે કોઈ ઊભું નથી કે તે સાવ ખોટું છે. પરંતુ આ અસત્ય મૂડીવાદના અસ્તિત્વનો આધાર બની જાય છે. તેથી મૂડીવાદી કહેશે કે તે સાચું છે, મહારાજ. ખરી વાત તો એ છે કે આપણે આપણા આગલા જન્મના કારણે ધનવાન છીએ. એ

માણસ પોતાના પૂર્વ જન્મના કર્મોને લીધે ગરીબ છે. આમાં આપણે શું કરી શકીએ, તે શું કરી શકે? જો તે સારા કાર્યો કરશે, તો તે ધનવાન બનશે, જો આપણે વધુ ખરાબ કાર્યો કરીશું, તો આપણે ગરીબ બનીશું. સુરક્ષા સમાજની બની ગઈ અને આ સુરક્ષા બનાવીને પચાસ લાખ સાધુઓ તે બીજા માટે બનાવી રહ્યા છે. તેથી જ હું કહું છું કે આ બફર્સ છે, તેઓ સ્પ્રિંગ તરીકે કામ કરી રહ્યા છે. તેઓ કોઈને દુઃખી થવા દેતા નથી. ગરીબ માણસને ખ્યાલ નથી હોતો કે ગરીબી એ સમાજ વ્યવસ્થાનું પરિણામ છે. અમીર માણસને પણ ખ્યાલ નથી હોતો કે સંપત્તિ પણ સામાજિક વ્યવસ્થાનું પરિણામ છે. અને રસપ્રદ વાત એ છે કે ગરીબો પણ દુખી છે. અને બંનેની વેદના એ સમાજ વ્યવસ્થાનું પરિણામ છે.

હું તમને આ કહેવા માંગુ છું - જ્યાં સુધી સમાજ ગરીબ છે ત્યાં સુધી કોઈ અમીર નહીં હોય.

માણસ ખુશ રહી શકતો નથી. અસંભવ છે કે આખું ગામ રોગચાળાથી ભરેલું હોય, આખા ગામમાં કેન્સર અને રક્તપિત્ત ફેલાયેલા હોય અને માણસ પોતાના બંગલામાં દીવાલો ઉંચી કરીને બેસી શકે. આ અશક્ય છે. અને જો તે બચી જશે, તો તે ન તો રાત્રે ઊંઘી શકશે અને ન દિવસ દરમિયાન. કોઈ પ્રવેશે નહીં તેની ખાતરી કરવા માટે આખી રાત ગાર્ડ્સ રાખવા પડશે અને સલામતી ખોવાઈ જશે. શું તેને સુરક્ષાની એટલી ચિંતા હશે કે તે પોતાની સુરક્ષા કેવી રીતે કરી શકશે? જો તમારી પાસે તે પૈસા છે તો તમે તેને સરળતાથી બચાવી શકશો નહીં. ચારે બાજુ ગોઠવણ કરવી પડશે જેથી હું ઘેરાઈ જઈને કેદી બની જાઉં. અને ગરીબીના કારણે જીવન મુશ્કેલીમાં મુકાય છે. બંને માને છે કે આ પાછલા જીવનની વાત છે અને તેથી કશું કરી શકાતું નથી. અને તમને તમારા આગલા જન્મની વાત કેવી રીતે ખબર પડી? કહ્યું કે પુસ્તકમાં લખ્યું છે.

તે ખૂબ જ રસપ્રદ બાબત છે કે કંઈક સત્ય છે કારણ કે તે પુસ્તકમાં લખાયેલું છે. પહેલા પુસ્તકમાં જે લખાયું હતું તે સાચું ગણાતું. આજકાલ વસ્તુઓ બદલાઈ ગઈ છે. અખબારમાં લખાય તો સાચુ બને. અગાઉ કમસેકમ થોડી સમજ હતી કે તે કૃષ્ણનું પુસ્તક હતું. કૃષ્ણ કમસેકમ સાચું કહેશે. પણ ‹જન્મભૂમિ› પણ સાચી હોઈ શકે. પછી તે ખૂબ મુશ્કેલ - આ બાબત ખૂબ મુશ્કેલ છે! (તાળીઓ!!) પત્ર, કંઈક છપાયેલું, અમને પ્રભાવિત કરે છે કે છાપવું એ સાચું છે. જે સાચું હતું તે પ્રકાશિત થયું. આ મુદ્રિત પત્રનો જાદુ ખતમ થવો જોઈએ. શબ્દોનો જાદુ ખતમ થવો જોઈએ. હકીકતો શોધવી જ જોઈએ. તથ્યો શું હોઈ શકે? હકીકત શું હોઈ શકે? પરંતુ આપણી પાસે હકીકતો અંગે કોઈ સંશોધન નથી - કોઈ સંશોધન નથી. સૌથી વધુ બુદ્ધિશાળી વ્યક્તિ પણ આવીને કંઈપણ કહેશે

- આવા અને આવા વ્યક્તિએ આ કહ્યું છે, આ પુસ્તકમાં લખ્યું છે, આ અને આ, આવા અને આવા અખબારમાં પ્રકાશિત થયું છે! હકીકત શું હોઈ શકે તેની તેને પરવા નહિ હોય?

જે સમાજ શબ્દોમાં જીવે છે તે અસત્યમાં જીવવા લાગે છે. જો આપણે સમાજને સત્ય તરફ લઈ જવા માંગતા હોઈએ તો શબ્દોની યુક્તિ તોડીને હકીકતો શોધવી જોઈએ. આ બીજી વસ્તુ છે જેના વિશે મારે વાત કરવી છે. સારા માણસને આતુર બનાવો પોતાનું જીવન બદલવા માટે અને સમગ્ર સમાજને તથ્યો જોવા માટે તૈયાર કરો. હવે શબ્દો દ્વારા મૂર્ખ બનો નહીં. જો આ બે બાબતો કરી શકાશે તો ભારતના જીવનમાં એક અદ્ભુત ક્રાંતિ આવશે. હું ખૂબ આશાવાદી છું કે તે થઈ શકે છે.

પણ આ આશા યુવાનને જોઈને થોડી નબળી પડી જાય છે. મારી અંદર ઘણી આશા છે કે તે થઈ શકે છે. પણ જ્યારે હું કોઈ યુવાનને જોઉં છું ત્યારે હું ખૂબ જ ઢીલો થઈ જાઉં છું. એ યુવક બિલકુલ જુવાન લાગતો નથી. તે સમજે છે કે યુવાનીનો અર્થ એ છે કે જો તમે ટાઈ પહેરો અને સરસ કપડાં પહેરો અને ફરવા જાઓ તો તમે યુવાન છો. જ્યારે તમે જાણો છો કે કેવી રીતે સીટી વગાડવી, તમે યુવાન છો. તમે મૂર્ખ છો - આવી રીતે સીટી મારવાથી કોઈ જુવાન થઈ જાય? ફિલ્મી ગીતની લાઈનો શીખો તો યુવાન થઈ જાઓ? યુવાની એ ઊંડા જીવન અને શક્તિનો વિષય છે. અને હિંમત અને મહાન સાહસ! યુવાન એટલે કે તે કંઈક કરવાની પ્રેરણાથી ભરપૂર છે.

યુવાન માણસનો અર્થ એ છે કે તે જીવનને જેમ મળ્યું છે તેમ છોડશે નહીં - તે તેને બદલશે અને કંઈક નવું કરશે. યુવાનનો અર્થ એ છે કે તે બગીચામાં ફૂલો લાવવાનો પ્રયત્ન કરશે જ્યાં ફૂલો ઉગે નહીં - તે ખવાઈ જશે, રાખ થઈ જશે અને ફૂલો લાવશે. યુવાન એટલે કંઈક કરવાની હિંમત, કંઈક કરવાની આકાંક્ષા! યુવાની એટલે તરસ નથી! યુવાની એટલે થોડી આકાંક્ષા! યુવા એટલે, સમાજ જેવો છે તેવો છે, હું તેના જેવો બનવા તૈયાર નથી - હું તેને બદલીશ!

યુવા એટલે ક્રાંતિ, ક્રાંતિકારી મન. તો યુવક ક્રાંતિ દળ-યુવા દળના મિત્રો-યુવાનો કે મહિલાઓ, ચાલો ભારતમાં એક યુવાન તૈયાર કરીએ! એક યુવાન બનાવો અને તેનું જીવન બદલો. જેઓ પોતાનું જીવન બદલવા આતુર છે તેમના માટે ભગવાનની સાચી કૃપા ઉપલબ્ધ રહે. પણ ભગવાનનું સાંભળે કોણ? તે કદાચ ચીસો પાડી રહ્યો છે - બદલો! બદલો! ઘણો કચરો ભેગો થયો છે, પણ કોઈ સાંભળતું નથી!

તેણે મારી થોડીક વાતો સાંભળી, આ પણ મોટી કૃપા છે. હું ખૂબ જ પ્રયત્ન કરું છું કે તમે મારી વાત ન સાંભળો. પણ તમે મારી વાત

સાંભળો, એ આશીર્વાદ છે. હું એમ નથી કહેતો કે મારી વાત સ્વીકારવી જોઈએ. મેં જે કહ્યું તેના વિશે તમારે વિચારવું જોઈએ - જો તે સાચું છે તો તે સાચું છે, જો તે ખોટું છે તો તે ખોટું છે. જો કંઈક ખોટું છે, તો તે ભૂલી જવું જોઈએ. જો તે યોગ્ય હોય, તો યોગ્ય હોવાનો એક જ અર્થ છે - જે વસ્તુ યોગ્ય લાગે છે, જો તે યોગ્ય ન હોય તો તેના માટે કંઈક કરવું જોઈએ, નહીં તો તે યોગ્ય નથી! પછી આ વાતો ખોટી છે એ સમજવું સારું! ભૂલથી પણ જો તમને લાગે છે કે આ વસ્તુઓ સાચી છે, તો તમારા માણસ હોવાનો પુરાવો એ હકીકતમાં મળી જશે કે તમે તે યોગ્ય વસ્તુઓ માટે તૈયાર છો.

તમે શું કરશો?

તેણે મારા આ શબ્દો ખૂબ પ્રેમથી સાંભળ્યા - હું તેના દ્વારા ધન્ય છું અને અંતે હું દરેકની અંદર બેઠેલા ભગવાનને વંદન કરું છું! કૃપા કરીને મારી શુભેચ્છાઓ સ્વીકારો!

•

3

પ્રગતિશીલ કોણ છે?

મારા પ્રિય આત્મા!

મેં સાંભળ્યું કે એક ખૂબ જ વિચારશીલ સ્ત્રી, ગુરટ્રિસ સ્ટેઈન, તેની મૃત્યુ શય્યા પર સૂઈ રહી હતી. છેલ્લી ઘડીએ તેણે આંખો ખોલી અને નજીકમાં બેઠેલા તેના એક મિત્રને પૂછ્યું, ‹આહ! અરે, જવાબ શું છે?›

તમારી બાજુમાં બેઠેલા તમારા મિત્રને પૂછો, અરે, જવાબ શું છે? નજીકમાં બેઠેલા મિત્રને બહુ નવાઈ લાગી હશે. કારણ કે જો પ્રશ્ન પૂછવામાં ન આવે તો કોઈ જવાબ ન હોઈ શકે, પરંતુ મરનારને પ્રશ્ન શું છે તે કહેવું પણ યોગ્ય ન હતું. કોઈ જવાબ ન મળતાં મરતી સ્ત્રીએ ફરી પૂછ્યું, ‹તે કિસ્સામાં, પ્રશ્ન શું છે?› જો પ્રશ્ન જાણતો ન હોય તો જવાબ ન મળે તો તે કિસ્સામાં પ્રશ્ન શું છે? પણ હું પ્રશ્ન જાણતો નથી, તેથી હું જવાબ આપતા પહેલા પ્રશ્નને બરાબર સમજી લઉં તો સારું રહેશે. પ્રગતિશીલ કોણ છે?

સૌ પ્રથમ, રૂઢિચુસ્ત કોણ છે? તે કહેવું ખૂબ જ સરળ છે. રૂઢિચુસ્તતા એક પથ્થર જેવી છે. એમાં વજન છે, નક્કરતા પણ છે. તેમાં ભૂતકાળનો ઇતિહાસ છે અને તેની રૂપરેખા પણ છે. તે હાથમાં પણ પકડી શકાય છે, તેથી ઇતિહાસ હંમેશા નક્કી કરે છે કે રૂઢિચુસ્ત કોણ છે? પણ પ્રગતિશીલ કોણ? આ વાત પવન જેવી છે! ત્યાં કોઈ આકાર નથી, કોઈ રૂપરેખા નથી અને તમે હવાને જેટલી સખત પકડો છો, તેટલી તે તમારી પકડમાંથી બહાર જાય છે. અને જે દિવસે એક પ્રગતિશીલને ખબર પડી કે આ પ્રગતિશીલ છે, તે દિવસે તે રૂઢિચુસ્ત બની ગયો છે. તેથી જ તે પકડાઈ જાય છે. જો પ્રગતિશીલ કોણ છે તેની વ્યાખ્યા કરી શકાય, જો તેને પકડી શકાય, મુઠ્ઠીમાં પકડી શકાય તો સમજવું કે પ્રગતિશીલ મરી ગયો છે. માત્ર રૂઢિચુસ્તતા ઉપલબ્ધ છે. તે વ્યાખ્યાયિત છે, તે સમજાવી શકાય છે.

પ્રગતિશીલનો અર્થ એ છે કે જેને ભૂતકાળ કે ભવિષ્ય સાથે કોઈ લેવાદેવા નથી. ભવિષ્યનો હજુ જન્મ થયો નથી. જે જન્મ્યું છે તે શું છે તે વિશે ચોક્કસ હોઈ શકે છે અને ભવિષ્ય સાથે શું સંબંધિત છે તે શું છે તે વિશે ખૂબ ચોક્કસ ન હોઈ શકે. કારણ કે તેનો સંબંધ અજન્મા સાથે છે, જે જન્મ્યો નથી. આપણે નિશ્ચિતપણે કહી શકીએ કે વૃદ્ધ માણસ શું છે. આપણે નિશ્ચિતપણે કહી શકતા નથી કે બાળક શું છે કારણ કે બાળકનો

જન્મ થવાનો બાકી છે અને જે દિવસે તે થશે તે બાળક રહેશે નહીં. તે દિવસે તે વૃદ્ધ થઈ ગયો હશે.

તેથી પ્રગતિશીલ અધિકાર મેળવવામાં સૌથી મોટી મુશ્કેલી એ પવન જેવી છે. અને આમાંથી, બીજી ખૂબ જ મહત્વપૂર્ણ બાબત ધ્યાનમાં આવી શકે છે, કે વિશ્વના તમામ રૂઢિવાદીઓ એક સમયે પ્રગતિશીલ હતા. બુદ્ધ તેમના સમયમાં પ્રગતિશીલ હતા પરંતુ જે દિવસે તેઓ તેની સાથે પકડમાં આવ્યા તે દિવસે તેઓ રૂઢિચુસ્ત બની ગયા. મહાવીર તેમના સમયમાં પ્રગતિશીલ હતા પણ જૈન પ્રગતિશીલ નથી. તેઓએ મહાવીરને પકડી લીધા છે, મહાવીર અટકી ગયા છે, તેમની મુઠ્ઠીઓ બંધ છે. ઈસુ ખ્રિસ્ત તેમના સમયમાં પ્રગતિશીલ હતા. ખ્રિસ્તીઓ પ્રગતિશીલ નથી. ખ્રિસ્ત મુઠ્ઠીમાં, પકડમાં આવ્યા છે. જે ક્ષણે પ્રગતિશીલો સામે મુઠ્ઠીઓ બાંધવામાં આવે છે, તે જ ક્ષણે એક સ્ટીરિયોટાઇપનો જન્મ થાય છે, તે જ ક્ષણે પરંપરાનો જન્મ થાય છે.

તેથી, હું તમને પ્રથમ મુશ્કેલી સ્પષ્ટ કરું છું કે પ્રગતિશીલ શબ્દ અનિશ્ચિત છે, તે સમજાવી શકાતો નથી. હા, આપણે સ્વાસ્થ્યનું જે રીતે અર્થઘટન કરીએ છીએ તે જ રીતે તેનું અર્થઘટન કરી શકાય છે. આપણે કહીએ છીએ, જે બીમાર નથી તે સ્વસ્થ છે. પરંતુ આ સ્વાસ્થ્યની વ્યાખ્યા ન હતી, તે રોગની ચર્ચા હતી. જ્યારે પણ આપણે સ્વસ્થ વ્યક્તિની વ્યાખ્યા કરવી હોય ત્યારે કહેવું પડે કે કોણ સ્વસ્થ છે અને કોણ બીમાર નથી. મતલબ કે સ્વાસ્થ્યની કોઈ વ્યાખ્યા હોઈ શકે નહીં. રોગની માત્ર વ્યાખ્યા છે. અને જ્યારે કોઈ રોગ નથી, ત્યારે જે બાકી રહે છે, તે સ્વાસ્થ્ય છે.

રૂઢિચુસ્તતાની વ્યાખ્યા હોઈ શકે છે, અને જે વ્યક્તિ તેમાં સમાવિષ્ટ નથી તે પ્રગતિશીલ છે. પ્રગતિશીલની કોઈ સીધી વ્યાખ્યા નથી. જે રૂઢિચુસ્ત નથી, - તે માત્ર નકારાત્મક વ્યાખ્યા હોઈ શકે છે. અને તે ખૂબ જ રસપ્રદ છે કે જીવંત વસ્તુઓની વ્યાખ્યા હંમેશા નકારાત્મક હોય છે. માત્ર મૃત વસ્તુઓની વ્યાખ્યા હકારાત્મક છે. જે મૃત છે, તેને આપણે સકારાત્મક રીતે વ્યાખ્યાયિત કરી શકીએ છીએ અને જે જીવંત છે તેની વ્યાખ્યા નકારાત્મક રીતે જ કરી શકાય છે. વાસ્તવમાં, જીવનને પકડી શકાતું નથી, ફક્ત મૃત્યુને જ પકડી શકાય છે. મૃત શું છે તે આપણે વ્યાખ્યાયિત કરી શકીએ છીએ. આપણે કહી શકીએ કે મશીન શું છે? આપણે કહી શકીએ કે ખુરશી શું છે. આપણે કહી શકતા નથી કે માણસ શું છે. આપણે કહી શકીએ કે રોગ શું છે. આરોગ્ય શું છે તે આપણે કહી શકતા નથી. જે જીવે છે, જે જીવે છે તે મુઠ્ઠીમાંથી નીકળી જાય છે, હવા જેવું થઈ જાય છે.

પ્રેમની વ્યાખ્યા કરી શકાતી નથી, લગ્નની વ્યાખ્યા કરી શકાય છે. કારણ કે લગ્ન એ મૃત વસ્તુ છે. પ્રેમ એ જીવંત વસ્તુ છે. તેથી લગ્નને લઈને કોર્ટમાં કેસ લડી શકાય અને વ્યાખ્યા થઈ શકે. પરંતુ પ્રેમની કોઈ વ્યાખ્યા હોઈ શકે નહીં. પ્રેમ પર અત્યાર સુધી ઘણી કવિતાઓ લખાઈ છે પણ વ્યાખ્યા આજ સુધી લખાઈ નથી. પ્રેમ શું છે તેની કોઈ વ્યાખ્યા ન હોઈ શકે. લગ્નની વ્યાખ્યા ચોક્કસ છે. લગ્ન શું છે તે નક્કી કરી શકાય છે, તે એક મૃત વસ્તુ છે. બધી મૃત વસ્તુઓ સ્થાયી થાય છે. જીવંત વસ્તુઓ નિશ્ચિત નથી. આ જીવંત હોવાની નિશાની છે. તેથી પ્રથમ વસ્તુ હું કહેવા માંગુ છું કે પ્રગતિશીલ મન એ જીવંત મન છે. તેથી વ્યાખ્યા નકારાત્મક હશે, નકારાત્મક. જે સ્ટીરિયોટાઇપિકલ નથી. તેથી જો આપણે યોગ્ય રીતે સમજીએ કે રૂઢિચુસ્ત કોણ છે તો કદાચ આપણે જાણી શકીએ કે કોણ પ્રગતિશીલ છે.

સામાન્ય રીતે આપણું મન ભૂતકાળમાંથી રચાય છે - તે ભૂતકાળ લક્ષી છે. આપણે જે જાણીએ છીએ તે બધું ભૂતકાળમાંથી આવે છે. તે રસપ્રદ છે કે આપણે જે જાણીએ છીએ તે ભૂતકાળમાંથી આવે છે અને જે કંઈ જીવન છે તે ભવિષ્યમાંથી આવે છે. એટલે જીવન અને જ્ઞાન વચ્ચે સમન્વય નથી. જેઓ વધુ પડતું જાણવાને પકડી રાખે છે, જેઓ જ્ઞાનને ખૂબ જ ચુસ્તપણે પકડી રાખે છે તેઓ જીવન સાથેનો સંબંધ ગુમાવે છે. અને જેને જીવન સાથે જોડવું હોય તેણે જ્ઞાન સાથે જોડાણ તોડવું પડે. જ્ઞાન અનેક સ્વરૂપોમાં ઉપલબ્ધ છે - શાસ્ત્રોમાં ઉપલબ્ધ, પરંપરાઓમાં ઉપલબ્ધ, ગુરુમાં ઉપલબ્ધ, તત્વજ્ઞાનમાં ઉપલબ્ધ, વિચારધારામાં ઉપલબ્ધ. જ્યાંથી કોઈ વ્યક્તિ જ્ઞાન મેળવે છે, તે હવે પ્રગતિશીલ રહેશે નહીં. પ્રગતિશીલ બનવા માટે જરૂરી છે કે આપણે ભૂતકાળના ડહાપણને પકડી ન રહીએ. જ્યારે આપણે ભૂતકાળને પકડી રાખીએ ત્યારે જ ભવિષ્ય માટે પકડી લેવામાં આવ્યા નથી. જે ભૂતકાળને ચુસ્તપણે પકડી રાખે છે તે ભવિષ્ય માટે બંધ થઈ જાય છે. તે હવે પ્રગતિશીલ નથી.

જો કોઈ માણસ કહે કે તે જૈન છે તો તે પ્રગતિશીલ ન હોઈ શકે. કારણ કે જૈન હોવું એ ભૂતકાળ સાથે જોડાયેલું છે. તેનો ભવિષ્ય સાથે શું સંબંધ છે? તે પચ્ચીસો વર્ષ પહેલાં થયેલા મહાવીર સાથે જોડાયેલો છે. જો કોઈ કહે છે કે તે એક ખ્રિસ્તી છે તો તેને બે હજાર વર્ષ પહેલા જીવતા ઈસુ ખ્રિસ્ત સાથે જોડી દેવામાં આવે છે. તેનો ભવિષ્ય સાથે શું સંબંધ છે? જો કોઈ કહે કે હું હિંદુ છું તો હું પ્રગતિશીલ ન હોઈ શકું. કારણ કે હિંદુ હોવાની આખી સિસ્ટમ ભૂતકાળમાંથી આવે છે, હિંદુ હોવાનો ભવિષ્ય સાથે શું સંબંધ છે? જો કોઈ કહે કે હું ભારતીય છું, પાકિસ્તાની છું, ચીની

છું, તો તે પ્રગતિશીલ ન હોઈ શકે. કારણ કે આ બધી બાબતો ભૂતકાળ સાથે જોડાયેલી છે. તેમને ભવિષ્ય સાથે કોઈ લેવાદેવા નથી.

પ્રથમ વસ્તુ જે યોગ્ય રીતે સમજવી જરૂરી છે તે એ છે કે આપણે ભૂતકાળમાંથી આપણું વ્યક્તિત્વ બનાવીએ છીએ, આપણે તેને ભૂતકાળ સાથે જોડીએ છીએ. જેમ બળદને ખીંટીથી બાંધવામાં આવે છે, તેમ આપણે ભૂતકાળના ડંખ સાથે બંધાયેલા છીએ. જો આપણે ભૂતકાળની ખીંટી સાથે બંધાયેલા હોઈએ તો આપણે પ્રગતિશીલ બની શકતા નથી. આપણે બીમાર છીએ, રોગી છીએ, રૂઢિચુસ્ત છીએ, પરંપરાવાદી છીએ, પ્રગતિશીલ હોઈ શકતા નથી. ભૂતકાળથી મુક્ત મન ભવિષ્ય માટે ખુલ્લું બને છે. ભૂતકાળ સાથે બંધાયેલ, તે બંધ થાય છે અને એ પણ યાદ રાખો કે ભૂતકાળ ફરી ક્યારેય નહીં આવે, ન તો રામ પાછા આવશે, ન બુદ્ધ, ન કૃષ્ણ, ન ખ્રિસ્ત, ન મોહમ્મદ. તેથી જે કોઈ તેમની સાથે બંધાયેલ છે તે કબરો સાથે બંધાયેલ છે. તેઓએ આ વાત બરાબર સમજવી જોઈએ. ન તો ગીતા પાછી આવશે, ન રામાયણ પાછી આવશે, ન વેદ પાછા આવશે, ન બુદ્ધના શબ્દો, ન બાઈબલ. જેઓ એ પુસ્તકો સાથે બંધાયેલા છે તેઓ ભૂતકાળની રાખ સાથે બંધાયેલા છે. જે ભૂતકાળની રાખ સાથે બંધાયેલ છે તે કોઈ પણ સંજોગોમાં પ્રગતિશીલ નથી. તેથી પ્રથમ નકારાત્મક વ્યાખ્યા હું કરવા માંગુ છું જે ભૂતકાળથી મુક્ત છે, જે ભૂતકાળ સાથે બંધાયેલ નથી અને જેની આંખો ભવિષ્યને જોવા માટે ખુલ્લી છે, જેની પાસે કોઈ કલ્પના નથી, જેની પાસે કોઈ જ્ઞાન નથી, જે તેની સાથે જોડાયેલ છે. કોઈ શાસ્ત્ર નથી, જેનો કોઈ ‹ઈઝમ› નથી.

યાદ રાખો, આપણે સમજીએ છીએ કે હિંદુઓ પ્રગતિશીલ નથી, આપણે એ પણ સમજીએ છીએ કે ખ્રિસ્તીઓ પ્રગતિશીલ નથી, પરંતુ કદાચ આપણે સામ્યવાદીઓ પ્રગતિશીલ છે તેવું વિચારવામાં ભૂલ કરી રહ્યા છીએ. તે વાંધો નથી

ભલે તમે બે હજાર વર્ષ જૂની કોઈ વસ્તુ સાથે જોડાયેલા હો કે પછી સો વર્ષ જૂની કોઈ વસ્તુ સાથે. તમે બાઇબલ-બાઉન્ડ, કેપિટલ-બાઉન્ડ છો કે કેમ તેનાથી કોઈ ફરક પડતો નથી. તે મોહમ્મદ કે માર્ક્સ સાથે જોડાયેલ છે કે કેમ તેમાં વાંધો નથી. પાછળ બાંધેલો માણસ પ્રગતિશીલ નથી. અને સામે છેડે કોઈ ‹ism› નથી. મોરચા પર કોઈ ચર્ચા નથી, મોરચા પર કોઈ શાસ્ત્ર નથી. કારણ કે જે શાસ્ત્રનો હજુ જન્મ થયો નથી તેની સાથે તમે તેને કેવી રીતે બાંધશો? અને એવી કોઈ થિયરીથી બંધાઈ જવાનો કોઈ રસ્તો નથી જે હજુ સુધી બનાવવામાં આવ્યો નથી. તમે તમારી જાતને એવા ખીંટી સાથે કેવી રીતે બાંધી શકશો જે હજી સુધી ખોડવામાં આવી નથી?

પ્રગતિશીલ હોવું એટલે જે ભૂતકાળ છે, જે વીતી ગયું છે, જે મરી ગયું છે, શું ગયું છે, જે રાખ થઈ ગયું છે, સ્મશાનમાં શું છે, સ્મશાનમાં શું છે તેમાંથી મુક્ત થવું. પરંતુ આ ખૂબ જ મુશ્કેલ છે કારણ કે ભૂતકાળ આપણને એટલી બધી રીતે બાંધે છે કે આપણને તેની જાણ પણ હોતી નથી. આપણે નાની વસ્તુઓની પરવા કરતા નથી કારણ કે તે આપણા ભૂતકાળ સાથે જોડાયેલી છે. ચાલો હું બે-ચાર નાના ઉદાહરણો લઉં.

માણસે પહેલા કપાસનું ઉત્પાદન કર્યું અને પછી કપડાં બનાવ્યા. હવે માણસે સિન્થેટીક વસ્તુઓ બનાવી છે જેમાંથી કપડાં બનાવવામાં આવે છે. પરંતુ તે કૃત્રિમ વસ્તુઓ સાથે તે જ રીતે વર્તે છે જે રીતે તેણે દસથી વીસ હજાર વર્ષ પહેલાં કપાસની સારવાર કરી હતી. હવે પ્લાસ્ટિકનું કાપડ બનાવી શકાય છે અને સિન્થેટિક કપડા પણ બનાવી શકાય છે પણ પહેલા આપણે આ સિન્થેટિક મટિરિયલમાંથી સૂતર કાંતતા. તેને દૂર કરવાની જરૂર નથી. કપાસમાંથી સૂતર કાંતવું જરૂરી હતું. સૂતર કાત્યા પછી, આપણે તેને વણીએ છીએ, પછી દરજી તેને કાપે છે, પછી કાપડ બનાવે છે. આ વીસ હજાર વર્ષ પહેલા બરાબર હતું પરંતુ આજે આપણે તે વસ્તુઓ બનાવી છે. જેમાંથી કપડાંને સીધા મોલ્ડ કરી શકાય છે.

હવે તેમાંથી સૂતર બનાવવું એ ગાંડપણ છે. જેમાંથી કાપડને સીધું મોલ્ડ કરી શકાય છે અને હવે દરજી કાપડને કાપીને બનાવી શકે છે, આ પણ ગાંડપણ છે કારણ કે શર્ટને સીધો જ મોલ્ડ કરી શકાય છે, કોટને સીધો જ મોલ્ડ કરી શકાય છે. આપણે કપાસથી મુક્ત થઈ ગયા છીએ, પરંતુ આપણે કપાસના હાથે જે રીતે વર્તન કર્યું તે જ ચાલુ રાખીશું. હવે તેની કોઈ જરૂર નથી.

આપણે સાત વર્ષના બાળકોને શાળાએ મોકલીએ છીએ. મને શાળાએ મોકલવામાં તમે સાત વર્ષ કેવી રીતે લીધા તે દુનિયામાં કોઈ કહી શકે નહીં. આ નક્કી કરવાનો માપદંડ શું છે? જેના કારણે સાત વર્ષના બાળકની માનસિક વ્યવસ્થા શું છે જેથી આપણે તેને સાત વર્ષમાં શાળાએ મોકલવો જોઈએ. જો આપણે આધુનિક શોધોની તપાસ કરીએ, તો આપણને મહાન આશ્ચર્ય મળે છે. આધુનિક મનોવૈજ્ઞાનિકો કહે છે કે ચાર વર્ષમાં બાળક તેના જીવનના પચાસ ટકા શીખે છે, તો બાકીના પચાસ ટકા બાકીની ઉંમરમાં શીખશે. તેથી સાત વર્ષના બાળકને મોકલવું જોખમી છે. તે પહેલાથી જ તેમાંથી અડધું શીખી ગયો છે, તે પહેલેથી જ અડધો પરિપક્વ બની ગયો છે. પરંતુ તમે સાત વર્ષનો નિર્ણય કેવી રીતે લીધો? તે ખૂબ જ મનસ્વી છે, પરંતુ તે ખૂબ જ વિચિત્ર રીતે નક્કી કરવામાં આવ્યું હતું. શાળાઓ ઓછી હતી અને બાળકોને દૂર દૂરથી આવવું પડતું હતું. સાત વર્ષથી નીચેના બાળકોને

મોકલી શકાયા નથી. આવું ઘણું કારણ હતું. પરંતુ હવે શાળાઓ ખૂબ નજીક છે, તેમને મોકલવાની સંપૂર્ણ વ્યવસ્થા છે પરંતુ માત્ર સાત વર્ષના બાળકોને જ મોકલવાનું ચાલુ રહેશે. જેમ જેમ બાળક મોટું થાય છે તેમ તેમ તેની શીખવાની ક્ષમતા ઘટતી જાય છે. સાત વર્ષના બાળકને શાળાએ મોકલવું એ લગભગ એવા બાળકને શાળાએ મોકલવા જેવું છે જેણે એટલું બધું શીખી લીધું છે કે કંઈક નવું શીખવું ખૂબ મુશ્કેલ હશે.

વેજનર એક મહાન સંગીતકાર હતા. તેણે પોતાના ઘરની સામે એક તકતી લગાવી દીધી હતી. તેમાં લખવામાં આવ્યું હતું કે જેઓ સંગીત જાણતા નથી તેમની ફી... અને જેઓ સંગીત જાણતા હોય તેમની ફી... જેઓ સંગીત જાણતા હોય તેમની ફી.. ડબલ ફી લખવામાં આવી હતી. જ્યારે પણ સંગીત જાણનાર કોઈ આવે ત્યારે કહેતા કે અમે ઘણું શીખ્યા છીએ, અમારી પાસેથી ઓછો ચાર્જ લેવો જોઈએ. અમે તમને ઓછી મુશ્કેલી આપીશું. વેજનર કહે છે કે તમે મને મુશ્કેલીમાં મુકશો કારણ કે પહેલા તમારે જે શીખ્યા તે શીખવું પડશે. તમે બેવડી મુશ્કેલીમાં છો. તમે કોરી પાટી નથી, તમારે પહેલા તેને સાફ કરવું પડશે. સાત વર્ષના બાળકને મોકલવું જોખમી છે. પરંતુ એક ખૂબ જ વિચિત્ર બાબત નક્કી કરવામાં આવી હતી કે સાત વર્ષથી ઓછી ઉંમરના બાળકને એકલા લાંબા પ્રવાસ પર મોકલી શકાય નહીં. આટલા દૂર મોકલવા માટે, વ્યક્તિ ઓછામાં ઓછી સાત વર્ષની હોવી જોઈએ. તેથી આપણે સાત વર્ષના બાળકને મોકલવાનું ચાલુ રાખ્યું.

આપણે જે પણ નૈતિકતા નક્કી કરી છે, તે નક્કી કરવાના કારણો ઘણા સમય પહેલા ખતમ થઈ ગયા છે તેનો આપણને ખ્યાલ નથી. પરંતુ નૈતિકતા ચાલુ રહે છે અને જો તેમાં કંઇક તૂટે તો આપણે ખૂબ જ પરેશાન થઈ જઈએ છીએ, ખૂબ જ પરેશાન થઈ જઈએ છીએ. આખી દુનિયામાં પિતાજીનો હંમેશા આદર થતો. અને ત્યાં નૈતિક તફાવતો હોઈ શકે છે, પરંતુ પિતા હંમેશા માન આપતા હતા. તેના આદરનું કારણ પિતા બનવાનું ન હતું કારણ કે જો પિતા બનવું આદરનું કારણ હોય તો તે આજે પણ ભૂંસી શકાતું નથી કારણ કે પિતા આજે પણ પિતા છે. આદરનું બીજું એક કારણ હતું, તે કારણ ખતમ થઈ ગયું પણ પિતા માનની માંગણી કરતા રહે છે. આદરનું કારણ બહુ વિચિત્ર હતું.

ઇસુના મૃત્યુ પછીના અઢારસો વર્ષમાં જેટલું જ્ઞાન વિકસિત થયું હતું તેટલું છેલ્લા દોઢસો વર્ષમાં થયું છે અને છેલ્લા દોઢસો વર્ષમાં થયું હતું તેટલું છેલ્લાં પંદર વર્ષમાં થયું છે. છેલ્લાં પંદર વર્ષમાં થયું છે, તેટલું આવતા અઢી વર્ષમાં થશે. અઢારસો વર્ષમાં જ્ઞાન એટલું વધતું હતું જેટલું અત્યારે અઢી વર્ષમાં વધે છે, ત્યારે પિતા હંમેશા પુત્ર કરતાં વધુ

જાણકાર હતા, આવશ્યકપણે પિતા વધુ જાણતા હતા, પુત્ર ઓછું જાણતા હતા. હવે પરિસ્થિતિ સાવ પલટાઈ ગઈ છે, બદલાઈ ગઈ છે. હવે દીકરો બાપ કરતાં વધારે જાણે છે અને રોજેરોજ વધુ જાણતો હશે, તેથી હવે પિતાને જૂનું માન આપવું શક્ય નથી. પણ આદત જૂની છે. જેને આપણે પ્રગતિશીલ પિતા કહીએ છીએ તે પણ વિચારે છે કે તેના પુત્રએ તેનું સન્માન કરવું જોઈએ. ના, માનનું કારણ જ્ઞાન હતું.

જૂની દુનિયામાં, વ્યક્તિ જેટલી મોટી હતી, તેની પાસે સ્વાભાવિક રીતે જ વધુ જ્ઞાન હતું. કારણ કે જ્ઞાન અનુભવ દ્વારા પ્રાપ્ત થયું હતું. હવે પિતા ત્રીસ વર્ષ પહેલાં યુનિવર્સિટીમાં ભણ્યા હતા. ત્રીસ વર્ષમાં દુનિયાનું તમામ જ્ઞાન બદલાઈ ગયું છે. દીકરો ત્રીસ વર્ષ પછી ભણીને પાછો આવી રહ્યો છે. પુત્ર વધુ તાજા સમાચાર લઈને આવી રહ્યો છે. એક રીતે પિતા જૂના થઈ ગયા છે અને હવે પિતાએ શીખવું હોય તો પુત્રને પૂછવું જોઈએ કે નવું શું છે, પણ પિતાની આદતો જૂની છે. પુત્રને ભણાવવાની સદીઓથી તેમની આદત રહી છે. હવે જો તે દીકરાને ભણાવવાનો આગ્રહ રાખે અને દીકરો બળવો કરે તો આપણે કહીશું કે આ બહુ મોટી અનૈતિકતા છે, અનૈતિકતા અને ગેરશિસ્ત નો જન્મ થઈ રહ્યો છે. ના, કોઈ ગેરશિસ્ત જન્મતી નથી, કોઈ અનૈતિકતા જન્મી રહી નથી, ફક્ત તમારી નૈતિકતા સમયની બહાર થઈ ગઈ છે. તમારી નૈતિક વ્યવસ્થા જે જીવન વ્યવસ્થામાં હતી તે જ બદલાઈ ગઈ છે અને તમે તેને લાદતા જઈ રહ્યા છો. વિદ્યાર્થી શિક્ષકના ચરણ સ્પર્શ કરતો હતો, સ્પર્શ કરવા લાયક નાની વાત હતી. ગુરુ અને વિદ્યાર્થી વચ્ચે એટલું અંતર હતું કે વિદ્યાર્થી ગુરુના ચરણ સ્પર્શ પણ કરી શકે, આ પણ બહુ નજીક આવવાની વાત હતી. આ પણ ખૂબ નજીક હતું. શિક્ષક અને વિદ્યાર્થી વચ્ચે બહુ મોટું અંતર હતું.

આજે, જો કોઈ યુનિવર્સિટીનો ખરેખર હોશિયાર વિદ્યાર્થી છે, તો પ્રોફેસર અને તેના/તેણી તેમની વચ્ચે એક કલાકથી વધુનું અંતર નથી. અંતર એક કલાક પહેલા તૈયાર કરવામાં આવેલ અંતર જેટલું જ છે. હવે એક કલાકના અંતરે પગને સ્પર્શવાની આકાંક્ષા જોખમી છે. આવું ન થઈ શકે. અને જો વિદ્યાર્થી બુદ્ધિશાળી હોય તો તે હંમેશા શિક્ષક કરતાં વધુ જાણી શકે છે. આમાં કોઈ મુશ્કેલી ન હતી. જો મધ્યસ્થી શિક્ષક અને પ્રતિભાશાળી વિદ્યાર્થી હોય તો તે વધુ જાણી શકે છે. હવે, જો આપણે આ વિદ્યાર્થીને તેના પગને સ્પર્શ કરવા માટે કહીએ છીએ, તો આપણે તેને તેનું માથું ભાંગી નાખવા માટે આમંત્રણ આપીએ છીએ, બીજું કંઈ કરતા નથી.

આવું ન થઈ શકે. આ મામલો પૂરો થયો. પણ આપણને સમજવામાં ઘણો સમય લાગે છે. જીવન બદલાય છે અને આપણી જૂની આદતો એવી જ રહે છે. આપણે તેનું પુનરાવર્તન કરતા રહીએ છીએ. આપણે જીવનના ઘણા સ્તરો પર રૂઢિચુસ્ત છીએ પરંતુ આપણે આપણી રૂઢિચુસ્તતા જોતા નથી. આપણી રૂઢિચુસ્તતા દેખાતી નથી. શક્ય છે કે જો આપણે મંદિરમાં ન જઈએ તો આપણને એમ લાગે કે આપણે પ્રગતિશીલ છીએ. પરંતુ જે લોકો મંદિરોમાં નથી જતા તેઓ હંમેશા જમીન પર રહેતા હતા અને વેદના સમયમાં પણ ચાર્વાક હતા. ચાર્વાક પણ વેદ જેટલો જ જૂનો છે. જો તમે મંદિરમાં નહીં જાઓ, તો તમે પ્રગતિશીલ નહીં થાઓ. જો માણસ ભગવાનને નકારે, તો તે વિચારે છે, તે પ્રગતિશીલ છે! જે લોકો ભગવાનને નકારે છે તેઓ ભગવાનને સ્વીકારનારા લોકો જેટલા વૃદ્ધ છે. તમે બહુમતીના ઓર્થોડોક્સીના પક્ષમાં છો કે લઘુમતીના રૂઢિચુસ્તતાના પક્ષમાં છો તેનાથી કોઈ ફરક પડતો નથી. તેનાથી શું ફરક પડે છે? નાસ્તિકો હંમેશા લઘુમતીમાં રહ્યા છે. તેઓ લઘુમતી રહ્યા છે. પરંતુ તે પણ ખૂબ જૂનું છે. તેથી, જો કોઈ વ્યક્તિ, નાસ્તિક હોવાને કારણે, વિચારે છે કે તે પ્રગતિશીલ બની ગયો છે, તો તે ભ્રમિત છે. કારણ કે નાસ્તિકવાદ આસ્તિકવાદ જેટલો જૂનો છે. બંને સ્ટીરિયોટાઇપ્સ છે.

તો પછી પ્રગતિશીલ કોણ? જે વ્યક્તિ આસ્તિકવાદ અને નાસ્તિકતા બંનેમાંથી મુક્ત થઈ ગયો છે, તેને હું પ્રગતિશીલ કહું છું. પરંતુ તે ખૂબ જ મુશ્કેલ છે. આસ્તિકમાંથી નાસ્તિક બનવું સહેલું છે, નાસ્તિકમાંથી આસ્તિક બનવું સહેલું છે, બંનેમાંથી મુક્ત થવું બહુ અઘરું છે. કારણ કે શૂન્યાવકાશમાં ભય છે, પાતાળમાં ભય છે. કંઈક તો થવું જ જોઈએ. જો હું હિંદુ નથી તો મારે મુસ્લિમ હોવું જોઈએ. જો હું મુસ્લિમ નથી તો મારે ખ્રિસ્તી હોવું જોઈએ. જો હું ખ્રિસ્તી કે મુસ્લિમ છું તો હું કોઈ નથી.

તેથી સામ્યવાદી હોવું જ જોઈએ - કંઈક હોવું જોઈએ. યાદ રાખો, માણસ ગમે તે હોય, તે રૂઢિચુસ્ત હશે. પ્રગતિશીલ માણસ એ હિંમતનું નામ છે કશું જ નહીં. હું કોઈ લેબલનો નથી એમ કહેવાની આ હિંમતનું નામ છે. બધા લેબલ્સ જૂના છે. હું લેબલ વિના જીવવાનો પ્રયત્ન કરીશ.

હું હમણાં જ ટ્રેનમાં ચડ્યો. એક મિત્ર અહીંથી ચડ્યો, બોમ્બેથી. ઘણા મિત્રો મને મૂકવા આવ્યા હતા. કોઈએ તેને માળા પહેરાવી, કોઈએ તેના ચરણ સ્પર્શ કર્યા. તે મિત્રો ત્યાં ઉભા રહીને જોઈ રહ્યા હતા અને આપણે સામાન્ય રીતે વિચારીએ છીએ કે બાળકો નકલ કરે છે - એવું નથી. વૃદ્ધ લોકો પણ સામાન્ય રીતે અનુકરણ કરે છે. જ્યારે બધા મિત્રો મારા ચરણ સ્પર્શ કરીને ચાલ્યા ગયા, ત્યારે તેણે ઝડપથી જમીન પર પ્રણામ કર્યા અને મારા ચરણ સ્પર્શ કર્યા. મેં તેને કહ્યું, શું તમે મારા પગને સ્પર્શ કરો

છો કે તે લોકોને સ્પર્શ કરો છો જે મારા ચરણ સ્પર્શ કરીને દૂર ગયા છે? તેણે કહ્યું, તેમનો શું અર્થ છે, હું તમારા ચરણ સ્પર્શ કરું છું. તમે મહાત્મા છો. મેં કહ્યું, હું મહાત્મા છું કે નહીં એ પણ તમે ખાતરીપૂર્વક શોધી શક્યા નથી. તમે મારા પગને સ્પર્શ કર્યો. હવે જો હું મહાત્મા નહિ નીકળું તો તું પાછો કેવી રીતે લઈશ? તેણે કહ્યું, ના-ના, તમે મજાક કરો છો. પરંતુ તેના ચહેરા પર ગભરાટની લાગણી હતી જે તે જાણતો ન હતો - કારણ કે આવા મહાત્મા શોધવા મુશ્કેલ છે જે નકારે છે કે તે મહાત્મા નથી. મહાત્મા મહાત્મા હોવાનો ઉપદેશ આપે છે. તેણે કહ્યું, ના-ના, તમે મજાક કરો છો. મેં કહ્યું, મહાત્મા આગળ મજાક કેવી રીતે કરી શકે? જો હું મજાક કરું છું તો એ પણ સાબિત કરે છે કે હું મહાત્મા નથી. તેણે મારી સામે ધ્યાનથી જોયું અને કહ્યું, "શું તમે હિંદુ છો?" તેણે વિચાર્યું, છોડી દો, તે કોઈ મહાત્મા નથી, તેને જવા દો, પણ તેણે કોઈ મુસ્લિમના ચરણ સ્પર્શ કર્યા નથી. મેં કહ્યું, કૃપા કરીને વિશ્વાસ કરો કે હું હિંદુ નથી. તેણે કહ્યું, ના-ના, તમે શું વાત કરો છો, તમે બિલકુલ હિંદુ લાગો છો. મેં કહ્યું, હિંદુ હોવા સાથે કોઈ સંબંધ હોઈ શકે? દેખાવમાં શું વાંધો છે? તેણે કહ્યું, ના, હું સહમત નથી થઈ શકતો. તમે સંપૂર્ણ હિંદુ લાગો છો. મેં કહ્યું, જો તમારે મારા ચરણ સ્પર્શની તકલીફ ટાળવી હોય તો તમે સ્વીકારી શકો છો કે હું હિંદુ છું. પણ હું હિંદુ નથી. તે માણસ થોડીવાર ચૂપ રહ્યો. તેણે કહ્યું, તો કૃપા કરીને મને કહો, તમે કોણ છો? તો મેં કહ્યું, હું શું કરી શકું, હું ‹હું› ના બની શકું? મારી પાસે લેબલ હોવું જોઈએ? તમે કોઈક હોવા જ જોઈએ, માણસે કહ્યું. મેં કહ્યું, હું જે પણ છું, તમારી સામે હાજર છું.

પરંતુ તે માણસ તેને ખાંચમાં મૂકવા માંગે છે, કારણ કે આપણે તેને ખાંચમાં મૂકી શકીએ છીએ. અન્ય કોઈ પણ મૃત્યુ પામે છે. તે તેની સાથે ફરીથી સરળ બને છે. જીવતા માણસની મુશ્કેલી છે. જો મને ખાતરીપૂર્વક ખબર પડે કે હું મહાત્મા છું તો હું રાત્રે શાંતિથી સૂઈ શકું છું. જો જલ્દી ખબર પડી જાય કે હું ગુંડો છું, તો હું આખી રાત શાંતિથી સૂઈ નહીં શકું. જો મને ખબર પડે કે હું હિંદુ છું તો હું મારી જ જાતિનું પ્રાણી છું. જો ખબર પડે કે હું મુસલમાન છું તો હું અલગ જ્ઞાતિનું પ્રાણી છું. પછી તમારે થોડું સાવધાન રહેવું પડશે. ખબર નથી કે તેણે તમને માર મારવો જોઈએ, શું કરવું તે ખબર નથી. તેથી આ વ્યક્તિ મારી સાથે ‹આરામથી› રહેવા માંગે છે. વાસ્તવમાં તે માનવા માંગે છે કે જો હું તમારા વિશે સંપૂર્ણ માહિતી આપીશ તો કોઈ જોખમ નહીં રહે. અજાણ્યાથી ભય છે. પરંતુ મેં કહ્યું, મને ખબર નથી કે હું રાત્રે શું કરીશ. હું મારી જાતને પણ ઓળખતો નથી. હજી રાત આવી નથી. હું બાથરૂમમાં ગયો. માણસે કંડક્ટરને મારો સામાન બીજા રૂમમાં રાખવા કહ્યું. હું પાછો આવ્યો ત્યારે મેં પૂછ્યું, એ

માણસ ક્યાં ગયો? જેથી કંડક્ટરે કહ્યું કે તે ખૂબ જ નર્વસ છે અને બીજા રૂમમાં ગયો. સવારે જ્યારે હું તેના રૂમ પાસેથી પસાર થતો ત્યારે મેં કહ્યું, તમે પણ મજાકમાં છો! એ માણસે ફરી મારા પગને સ્પર્શ કર્યો. તેણે કહ્યું, હું કાલે રાત્રે કહેતો હતો કે તમે મહાત્મા છો. મેં કહ્યું, હવે તમે ફરીથી ભૂલ કરો છો. હું માત્ર મજાક કરું છું!

આપણે કંઈક હોવું જોઈએ. આ રૂઢિચુસ્ત મનનું લક્ષણ છે. હકીકતમાં, હું જે માણસ બનવા માંગતો હતો તેણે ભવિષ્યમાં બીજું કંઈ બનવાનો ઇનકાર કર્યો છે. તે માણસ તે જ દિવસે મૃત્યુ પામ્યો હતો. જે દિવસે તેણે કહ્યું, હું આ બની ગયો છું, તે મૃત્યુ પામ્યો. હવે તેનું કોઈ ભવિષ્ય નથી. તેથી જ ઘણીવાર એવું બને છે કે આપણા મૃત્યુનો દિવસ અલગ હોય છે અને આપણા દફનનો દિવસ અલગ હોય છે. આમાં ચાલીસ વર્ષનું અંતર છે. ઘણીવાર લોકો ત્રીસ વર્ષની ઉંમરે મૃત્યુ પામે છે અને સિત્તેર વર્ષની ઉંમરે દફનાવવામાં આવે છે. દફનવિધિને કારણે આપણને લાગે છે કે તે સિત્તેર વર્ષે મૃત્યુ પામ્યા હતા.

હવે હિપ્પીઝ અમેરિકામાં એક નવા સૂત્ર સાથે આવ્યા છે, તે અદ્ભુત સ્નફ છે. તેમનું સૂત્ર છે કે ત્રીસ વર્ષથી વધુ ઉંમરના કોઈ પર વિશ્વાસ ન કરો. તે સારું લાગે છે. 30 વર્ષથી વધુ ઉંમરના વ્યક્તિ પર વિશ્વાસ કરવો થોડો મુશ્કેલ છે. કારણ કે ત્રીસ વર્ષથી ઉપરનો માણસ એટલો હોંશિયાર બની જાય છે કે તે ટકી શકતો નથી. ત્રીસ વર્ષથી ઉપરનો માણસ એટલો સમજદાર બની જાય છે કે તેના માટે જીવન જોખમી લાગવા માંડે છે. તે મરવાનું શરૂ કરશે. તે ઓછા માનવલક્ષી અને વધુ સ્થાપના-સ્થાયી બને છે. સ્ટીરિયોટાઇપ્ડ વ્યક્તિનો અર્થ એવો થાય છે કે જેના વિશે આપણે કહી શકીએ કે તે સામ્યવાદી છે, તે હિન્દુ છે, તે મુસ્લિમ છે, તે ખ્રિસ્તી છે, તે જૈન છે. પ્રગતિશીલ માણસ વિશે આપણે કશું કહી શકતા નથી. એ જીવનનો અજાણ્યો પ્રવાહ છે. તે શું છે તે વિશે કંઈ કહી શકાય નહીં. મૃત્યુની ક્ષણ સુધી આવું થતું રહેશે. તે મર્યો નથી. એવું થતું રહેશે.

તેથી બીજી વસ્તુઃ એક રૂઢિચુસ્ત માણસ હંમેશા સુસંગત, હંમેશા સુસંગત હોય છે. તેમના શબ્દોમાં અને જીવનમાં સાતત્યતા છે. તેના જીવનમાં એક ગણિત છે, એક સિસ્ટમ છે. પ્રગતિશીલ માણસના જીવનમાં કોઈ વ્યવસ્થા હોતી નથી. તેમાં અરાજકતા છે. પરંતુ યાદ રાખો, જેટલું વધુ જીવન હશે, ત્યાં વધુ અરાજકતા હશે. અને મૃત્યુની સંખ્યા વ્યવસ્થાની સંખ્યા હશે. જો આપણે પ્રગતિશીલ માણસ વિશે એક વાત કહેવા માંગીએ છીએ, તો આપણે આ કહી શકીએ, તે સતત અસંગત છે. એકમાત્ર સુસંગતતા એ છે કે તેણે ગઈકાલે જે કહ્યું તેના વિશે દરરોજ તે ખોટો હોઈ શકે છે. કારણ કે તે ગઈકાલે સમાપ્ત થયું ન હતું. તે આજે પણ જીવિત છે. તે આજે ફરી નિર્ણય લેશે.

એક દિવસ વેન ગો પોતાનું ચિત્ર દોરતો હતો અને એક મિત્ર તેને મળવા આવ્યો.

તેણે વેન ગોને પૂછ્યું, "તમારી શ્રેષ્ઠ પેઇન્ટિંગ કઇ છે? તે વેન ગોએ જવાબ આપ્યો, "જે હું પેઇન્ટિંગ કરું છું." તેના મિત્રે કહ્યું, આ પહેલા બનાવેલા ચિત્રો? પછી તેણે કહ્યું, કે વેન ગો પણ મરી ગયો છે, તે પેઇન્ટિંગ પણ મરી ગઈ છે. આ મારું શ્રેષ્ઠ ચિત્ર છે જે હું બનાવી રહ્યો છું. કારણ કે હું હજી જીવતો છું. ચિત્ર હજી જીવંત છે.

સુસંગત રહેવાનો અર્થ એ છે કે આપણે હંમેશા પાછળ જોઈને જીવીશું. આપણે હંમેશા આપણું જીવન ભૂતકાળ પર નિર્ભર રહીશું - જીવન ભૂતકાળ લક્ષી હશે.

ગઈકાલે એક યુવતી મારી પાસે આવી અને તેણે કહ્યું કે તે બ્રહ્મચર્યનું વ્રત લેવા માંગે છે. મેં કહ્યું, તમે વ્રત તો રાખશો, પણ કાલે તમારા જીવનમાં આવનાર વ્યક્તિ ઉપવાસ નહીં કરે તો શું કરશો? તેણે કહ્યું ના, તેથી જ હું તમારી પાસે શપથ લેવા આવી છું. તમે સાક્ષી છો કે હું ઉપવાસ કરીશ. તો મેં કહ્યું શું તમે જાણો છો કે આનો અર્થ શું છે? મતલબ કે ઓછા બુદ્ધિશાળી, વધુ સમજદાર છે તેના વિશે નિર્ણયો લેવા. ગઈકાલે ચોવીસ કલાક વીતી ગયા હશે. ચોવીસ કલાક તેને વધુ સમૃદ્ધ બનાવશે. પણ ચોવીસ કલાક પછી લીધેલા નિર્ણયથી તમે બંધાયેલા રહેશો. વર્ષો વીતી જશે, જીવનમાં બીજી ઘણી એવી બાબતો જાણવા મળશે જે તમે ઉપવાસ દરમિયાન જાણતા ન હતા. બે વર્ષ પછી, તમે જે દિવસે બ્રહ્મચર્યનું વ્રત લીધું હતું તેના કરતાં તમને વધુ જ્ઞાન હશે. પરંતુ તમારા ઉપવાસ બંધનકર્તા રહેશે. બે વર્ષના માણસ માટે બંધનકર્તા રહેશે. હું મારા પુત્ર માટે શપથ લઈ શકતો નથી. હું મારા ભવિષ્ય માટે પણ કેવી રીતે શપથ લઈ શકું!

પ્રગતિશીલ વ્યક્તિ ભવિષ્યના સંદર્ભમાં ભૂતકાળથી બંધાયેલા રહેવામાં માનતો નથી. તે ચોક્કસપણે ખૂબ જ ખતરનાક બાબત છે. કારણ કે જો આપણે સિસ્ટમમાં રહીએ તો સમાજ આપણા વિશે ચોક્કસ કહી શકે કે આ વ્યક્તિ શું કરશે અને શું નહીં! ત્યાં શું છે, ત્યાં શું નથી! તેથી જ સમાજ હંમેશા રૂઢિચુસ્તતાને પસંદ કરે છે. સમાજને પ્રગતિશીલ લોકો પસંદ નથી. અને તે ખૂબ જ રસપ્રદ બાબત છે કે વિશ્વ અને સમાજને જે કંઈ શ્રેષ્ઠ આપવામાં આવ્યું છે તે પ્રગતિશીલ લોકોએ આપ્યું છે. જીવનમાં જે પણ સમૃદ્ધિ, જ્ઞાન અને ખુશીઓ આવી છે તે પ્રગતિશીલ લોકોએ આપી છે. પરંતુ સમાજ પ્રગતિશીલ લોકોને ક્રોસ આપવા સિવાય બીજું કંઈ કઈ રીતે આપી શકે તે જાણતો નથી. તેનો એકમાત્ર જવાબ ક્રોસ છે. કારણ કે સમાજ માટે ખતરો છે. સમાજને સાતત્ય જોઈએ છે,

સમાજ જીવનભર આવતીકાલે જે કહે છે તેને પૂર્ણ કરવા માંગે છે. સમાજ ઇચ્છે છે કે બાળક જન્મે અને મૃત્યુ સુધી શપથ લે કે તેણે બાળપણમાં જન્મથી જે કામ શરૂ કર્યું હતું તે જ કરવાનું... આ અશક્ય છે. આ જીવનની વિરૂદ્ધ છે અને તેથી જ આપણે બધા મળીને બાળકની હત્યામાં જોડાઈએ છીએ.

જેને આપણે મૂલ્યો કહીએ છીએ, જેને શિક્ષણ કહીએ છીએ તે તમામ બાળકોને મારી નાખવાનો દરેકનો પ્રયાસ છે. બાળકોનું જીવન પ્રકાશમાં આવે તે પહેલાં, આપણે તેમને મારી નાખીશું અને ચારે બાજુથી ખતમ કરીશું. અને એક મૃત માણસ બનાવશું જે જીવનભર સુસંગત રહેશે. તે હંમેશા ભૂતકાળમાં લીધેલા શપથ સાથે, ભૂતકાળમાં આપેલા વચનો સાથે, લેવાયેલા સિદ્ધાંતો સાથે સુસંગત રહેશે. આ માણસ નથી, મશીન છે. પરંતુ મશીન કાર્યક્ષમ છે, એક મશીન કાર્યક્ષમ છે, કારણ કે મશીન તે કરે છે જે તે કરે છે - તે હંમેશા કરે છે. માણસ એટલો કુશળ નથી. કારણ કે માણસ મશીન નથી. તે કેટલીક ભૂલો પણ કરે છે, તે કંઈક નવું પણ કરે છે, તે માર્ગમાંથી ભટકી પણ જાય છે.

પ્રગતિશીલ માણસ તે છે જે પોતાના ભવિષ્ય પર નિર્ભર ન રહે. રૂઢિચુસ્ત માણસ તે છે જે ભૂતકાળને માલિકી આપે છે. પોતાની જાતને ભૂતકાળ સાથે વેચે છે. જે ભૂતકાળનો ગુલામ બની જાય છે. જો તમે કોઈપણ રીતે ભૂતકાળના ગુલામ હો તો તમે પ્રગતિશીલ ન બની શકો. અને યાદ રાખો, એવું નથી કે તમે એક બાબતમાં પ્રગતિશીલ હોઈ શકો અને બીજી બાબતમાં પ્રગતિશીલ ન હોઈ શકો, એવું નથી થતું. આ અશક્ય છે.

હું તમને આ ત્રીજી વાત પણ કહેવા માંગુ છું. જે માણસ પ્રગતિશીલ છે, કારણ કે પ્રગતિશીલ હોવું એ એક પરિમાણીય નથી, પ્રગતિશીલ હોવું બહુપરિમાણીય છે. પ્રગતિશીલ બનવું એ એક અભિગમ નથી. પ્રગતિશીલ બનવું એ વ્યક્તિત્વ છે. પ્રગતિશીલ બનવું એ કોઈ પેટર્ન અથવા માળખું નથી, પ્રગતિશીલ હોવું એ જીવનનો માર્ગ છે. જીવન માર્ગનો અર્થ? જીવનશૈલીનો અર્થ એ છે કે જે વ્યક્તિ પ્રગતિશીલ છે તે બધી બાબતોમાં પ્રગતિશીલ હશે. તે દરેક બાબતમાં અસંગત હશે. તે જીવનના તમામ પાસાઓમાં અનુરૂપતા, સંમેલનો, બંધન, ગુલામી સ્વીકારી શકશે નહીં - કરી શકશે નહીં. પરંતુ તેનો અર્થ શું છે? શું આનો અર્થ એ છે કે તે રાત-દિવસ સ્ટીરિયોટાઇપ્સ સામે લડતો રહે છે? શું આનો અર્થ એ છે કે તે સ્ટીરિયોટાઇપ્સના જવાબમાં દિવસ-રાત બળવો ચાલુ રાખશે? શું આનો અર્થ એ છે કે તે પોતાનું જીવન સ્ટીરિયોટાઇપ્સ સામે લડવા માટે સમર્પિત કરશે? ના, તેનો કોઈ અર્થ નથી. આથી પ્રગતિશીલ

એ પ્રતિક્રિયાશીલ હોય એ જરૂરી નથી, જરૂરી નથી કે પ્રત્યાઘાતી હોય!

સત્ય એ છે કે જે વ્યક્તિ 24 કલાક સંમેલનો સાથે લડે છે તે પ્રગતિશીલ હોઈ શકે નહીં. તે માત્ર વિરુદ્ધ રૂઢિચુસ્ત બની જાય છે. ધ્યાનમાં રાખો કે તમે જે પણ સ્ટીરિયોટાઇપ સાથે 24 કલાક લડશો, જાણતા-અજાણતા તમે વિપરીત સ્ટીરિયોટાઇપનો શિકાર થશો. હકીકતમાં, આપણે ધીમે ધીમે તે વ્યક્તિ જેવા બનીએ છીએ જેની સાથે આપણે લડીએ છીએ. સમજ્યા વિના મિત્ર પસંદ કરવામાં કોઈ નુકસાન નથી, પરંતુ વ્યક્તિએ ખૂબ સમજી વિચારીને દુશ્મન પસંદ કરવો જોઈએ. કારણ કે દુશ્મન સામે લડવામાં આપણે દુશ્મન જેવા બનવું પડે છે. સામ્યવાદે ધર્મ સામે લડવાનું શરૂ કર્યું અને આજે સામ્યવાદ એક ધર્મ સિવાય બીજું કંઈ નથી. સામ્યવાદે મક્કા-મદીના સામે લડત શરૂ કરી અને આજે મોસ્કો અને પેકિંગ મક્કા-મદીના સિવાય બીજું કંઈ નથી. સામ્યવાદે લેનિન અને માર્ક્સ અને સ્ટાલિનને ભગવાન બનાવીને ભગવાન સામેની લડાઈ શરૂ કરી.

બાકી! આ બહુ મજાની વાત છે. તે ખૂબ જ આશ્ચર્યજનક છે કે જો કોઈ વ્યક્તિ તેના જીવનના 24 કલાક સ્ટીરિયોટાઇપ્સ સામે લડવામાં વિતાવે છે, તો તે નવા પ્રકારના સ્ટીરિયોટાઇપ્સનો સર્જક બની જાય છે. અને કશું થતું નથી. આ સમગ્ર ઇતિહાસની વાર્તા છે.

બુદ્ધે લોકોને મૂર્તિઓની પૂજા ન કરવાનું કહ્યું. પૃથ્વી પર બુદ્ધની જેટલી મૂર્તિઓ છે તેટલી અન્ય કોઈ વ્યક્તિની છે. બુદ્ધના જેટલા મંદિરો છે તેટલા અન્ય કોઈ પાસે નથી. સમગ્ર ભૂમિ પર પચાસ હજાર વિશાળ મંદિરો બુદ્ધને સમર્પિત છે. અને ચીનમાં દરેક મંદિર છે જેમાં બુદ્ધની દસ હજાર પ્રતિમાઓ છે. એવું કોઈ મંદિર નથી કે જેમાં દસ હજાર મૂર્તિઓ હોય. બુદ્ધ આખી જીંદગી લડ્યા, પરંતુ જો કોઈ મૂર્તિ સામે લડે છે, તો તે જાણતા-અજાણ્યે મૂર્તિને લઈને કેટલાક વિચારો ઉત્પન્ન કરશે. પ્રતિમાના વિરોધી વ્યક્તિ ક્યારે પ્રતિમા બનાવવાનું કારણ બનશે તે કહેવું મુશ્કેલ છે, પરંતુ તે ચોક્કસ બનશે.

મહાવીર ભારતમાં વર્ણાશ્રમ સામે લડ્યા હતા અને મહાવીરના અનુયાયીઓ લડ્યા હતા કે વર્ણો ન હોવા જોઈએ. પરંતુ આજે તે ખૂબ જ રસપ્રદ વાત છે, જો કોઈ શુદ્ર હિન્દુ મંદિરમાં પ્રવેશ કરી શકે છે, તો જૈનો કહે છે કે તે કરી શકે છે. પરંતુ તે જૈન મંદિરમાં કરી શકતો નથી કારણ કે તે હિન્દુ છે. જૈન મંદિરમાં પ્રવેશવાનો પ્રશ્ન જ નથી. તે જરાય જૈન નથી. મહાવીરની લડાઈ એ હતી કે વર્ણ ન હોવું જોઈએ અને આજે જૈનો કોર્ટમાં જઈને લડે છે કે શૂદ્રો આપણા મંદિરોમાં પ્રવેશી શકતા નથી. કારણ કે આપણે જૈન છીએ. તમે હિન્દુઓ માટે મંદિરમાં

પ્રવેશ માટે કાયદો બનાવી શકો છો. કારણ કે તે હિંદુ છે. અને હિંદુ મંદિરમાં પ્રવેશ માટે હકદાર છે. પણ કોઈ તેમને પૂછે કે મહાવીરનું યુદ્ધ શું હતું? મહાવીરની લડાઈ એ હતી કે જાતિઓ નાબૂદ થવી જોઈએ અને જાતિવિહીન સમાજનું નિર્માણ કરવું જોઈએ. પણ જૈન એટલો હિંદુ નથી જેટલો તે જ્ઞાતિવાદી છે. હા, તે ખૂબ જ રસપ્રદ વાત છે, હિંદુ શુદ્રને શુદ્ર કહે છે, પરંતું કમસેકમ તે તેના સમાજમાં સ્વીકારે છે. જૈનને એક સરસ વિચાર આવ્યો. તેણે શુદ્રનો સ્વીકાર પણ ન કર્યો. તે માત્ર એક જ જ્ઞાતિનો રહ્યો. તે વૈશ્ય જ રહ્યો. તેણે અન્ય જ્ઞાતિઓને તેમાં પ્રવેશવા દીધી ન હતી. તેમાં ન તો ક્ષત્રિય બાકી, ન બ્રાહ્મણ બાકી, ન શૂદ્ર બાકી. તે માત્ર વૈશ્ય જ રહ્યો.

જો આપણે ધ્યાનથી એ હકીકત પર ધ્યાન આપીએ કે ઈસુને વધસ્તંભે જડવામાં આવ્યા હતા અને કેટલા યહૂદીઓએ ઈસુને વધસ્તંભે જડેલા યહૂદીઓ સામે ખ્રિસ્તીઓ દ્વારા વધસ્તંભ પર જડવામાં આવ્યા હતા.

તેની ગણતરી કરવી મુશ્કેલ છે. તે ખૂબ જ આનંદની વાત છે કે એક જિસસના કુસિફિકેશન લાખો યહૂદીઓના કુસિફિકેશનમાં ફેરવાઈ ગયા. પરંતુ તેથી જ ખ્રિસ્તીઓએ યહૂદીઓને વધસ્તંભે ચડાવ્યા છે. કારણ કે તેઓ કહે છે કે ઈસુને વધસ્તંભે જડવા એ ખરાબ બાબત હતી. ઈસુને વધસ્તંભે જડવા એ ખરાબ હતું. પરંતુ ખ્રિસ્તીએ જાણવું જોઈએ કે ઈસુ એક યહૂદી પુત્ર હતો. એક યહૂદી માણસ હતો. એક યહૂદી જન્મ્યો, યહૂદી મૃત્યુ પામ્યો. જે એક યહૂદીને વધસ્તંભે ચડાવવામાં આવ્યો હતો તે સમગ્ર વિશ્વમાં ખ્રિસ્તીઓ દ્વારા અન્ય યહૂદીઓને વધસ્તંભે જડવામાં આવી રહ્યા છે. ઈસુ એક યહૂદી હતા, ખ્રિસ્તી ન હતા - એક બનવાનો કોઈ રસ્તો નહોતો. પરંતુ લાખો યહૂદીઓને વધસ્તંભે જડવામાં આવ્યા છે. કારણ કે તે ઈસુનો બદલો લેવામાં આવ્યો છે! બદલો શેના માટે લેવામાં આવે છે? ઈસુને વધસ્તંભે ચઢાવવો એ ખોટી વાત હતી. તો કરોડો લોકોને વધસ્તંભે ચડાવીને આપણે ખોટા કામો નાબૂદ કરી રહ્યા છીએ? વાસ્તવમાં, તે જાણવું મુશ્કેલ છે કે વ્યક્તિ ક્યારે ખોટા કાર્યો સામે લડવાનું શરૂ કરે છે અને ક્યારે ખોટું થાય છે.

તેથી, પ્રગતિશીલ હોવાનો અર્થ એ નથી કે તે રૂઢિચુસ્તતાનો વિરોધ કરે છે. પ્રગતિશીલ એટલે રૂઢિચુસ્તનો વિરોધ નથી. તે જાણે છે કે રૂઢિચુસ્તતા નકામી છે. વિરોધી નથી. વિરોધ અર્થ આપે છે. વિરોધી કહે, બહુ અર્થપૂર્ણ વાત છે. મુસ્લિમ છે. તે કહે છે કે અમે મૂર્તિ તોડીને જીવીશું. કારણ કે કોઈ મૂર્તિમાં ભગવાન નથી. અને બહુ જ રસપ્રદ વાત છે કે જેમાં ભગવાન ન હોય એવી વસ્તુ તોડવાથી શું ફાયદો થશે.

એક માણસ કહે, મૂર્તિમાં ભગવાન છે. પૂજા કરીશું. તે મૂર્તિ સાથે પણ કંઈક કરે છે, તેની પૂજા કરે છે. બીજો માણસ કહે, મૂર્તિમાં ભગવાન નથી. અમે તેને તોડી નાખીશું. આનો પણ મૂર્તિ સાથે કંઈક સંબંધ છે. બંનેનું ધ્યાન મૂર્તિ પર હોય છે. બંને મૂર્તિ સાથે કંઈક કરી રહ્યા છે. ઉપાસક પૂજા કરી રહ્યો છે, તોડનાર તોડી રહ્યો છે. જેમને આપણે આઇકોનોક્લાસ્ટ કહીએ છીએ તેઓ પણ મૂર્તિઓની શોધમાં ફરે છે. પ્રતિમા ક્યાં છે, તેને તોડો. પણ તેના મનમાં મૂર્તિ ઘૂમી રહી છે. યાદ રાખો, સમગ્ર વિશ્વના મૂર્તિપૂજકો કરતાં મુસ્લિમોએ મૂર્તિઓને વધુ મહત્વ આપ્યું છે. એ મહત્વ તમને ચોક્કસ મળશે. જો તમે મૂર્તિ સામે લડવાનું શરૂ કરશો, તો તમને ચોક્કસપણે મહત્વ મળશે. ના, પ્રગતિશીલ એ રૂઢિચુસ્ત વિરોધી નથી. બધા પ્રગતિશીલ કહે છે કે સંમેલનો નકામા છે, અસંગત છે અને જીવન સાથે કોઈ સંબંધ નથી. અમે તેની સાથે લડતા નથી. અમે ચોક્કસપણે આગળ છીએ, અમે તેમાં આગળ વધી રહ્યા છીએ.

આગળ જે છે તેનાથી પ્રગતિશીલ જીવન વધે છે. રૂઢિચુસ્તતા વિરોધી તેની પાછળ રહેલા સ્ટીરિયોટાઇપ સામે લડે છે અને યાદ રાખો, જો તમારે સ્ટીરિયોટાઇપની પૂજા કરવી હોય તો પણ તમારે પાછળ જોવું પડશે, જો તમારે સ્ટીરિયોટાઇપ સામે લડવું હોય તો પણ તમારે પાછળ જોવું પડશે. પાછળ જોનાર માણસ પ્રગતિશીલ નથી. પ્રગતિશીલ તે છે જે આગળ જુએ છે. જે કહે છે કે, આ રીઅર વ્યુ મિરર જે કારની પાછળની બાજુ જોવા માટે લગાવવામાં આવે છે, તે પ્રસંગોપાત ઉપયોગ માટે છે, તે 24 કલાક જોઈને કાર ચલાવવા માટે નથી. કાર આગળ જોઈને ચલાવવી પડે છે, પાછળનો વ્યુ મિરર ક્યારેક જરૂરી છે, તે 24 કલાક જોવા માટે નથી. પરંતુ રૂઢિચુસ્ત અને વિરોધી રૂઢિચુસ્તો બંને પાછળના વ્યુ મિરરમાં જોતા રહે છે. હા, એક કહે છે કે અમે પાછળથી પૂજા કરીશું, પણ બીજો કહે છે, અમે પાછળથી લડીશું, પણ બંને આગળ જોવાનું ટાળે છે. તેથી જ હું રૂઢિચુસ્ત વિરોધીઓને પ્રગતિશીલ નથી કહેતો.

પ્રગતિશીલ બનવું એ મોટી વાત છે. પ્રગતિશીલ હોવું એટલે ભૂતકાળને અસંગત ગણવો. આપણે માનીએ છીએ કે જે પણ થયું છે તે થઈ ગયું છે, આપણે આગળ વધવાનું છે. તેથી ભવિષ્યમાં પ્રગતિશીલ ભાવિ અભિગમ છે. પરંતુ ભવિષ્ય વિશે આપણો વિચાર કરવો એ બહુ અઘરી બાબત છે. કારણ કે જે બન્યું છે તેના વિશે વિચારવું સહેલું છે, જે બન્યું નથી તેના વિશે વિચારવું ખૂબ જ મુશ્કેલ છે કારણ કે આપણી પાસે તેનો કોઈ આધાર નથી. હવે ઉદાહરણ તરીકે - સમગ્ર વિશ્વમાં વસ્તી વધી રહી છે. આ સદીના અંત સુધીમાં એટલી બધી જમીન હશે કે તેનું જીવવું મુશ્કેલ થઈ જશે અને આગામી સદીના અંત સુધીમાં જીવવું પણ

ખોટું થશે, ઊભા રહેવું પણ મુશ્કેલ થઈ જશે. એકવીસમી સદીના અંત સુધીમાં, વ્યક્તિ પાસે એક ચોરસ ફૂટ જમીન બાકી રહેશે - પછી ભલે તે જીવે કે સૂતો હોય. પછી સભા કરવાની જરૂર નહીં પડે, આપણે જ્યાં હોઈશું ત્યાં સભામાં જ રહીશું. જેની પાસે સિંહાસન છે તે જ તેના સિંહાસન પર ઊભો રહેશે. આખી દુનિયા હાઈડ પાર્ક બની જશે. તેના સાબુના બોક્સ પર ઉભા થઈને વાત કરવાનું શરૂ કરે છે.

આ સંખ્યા વધી રહી છે, પણ શું કરવું? આપણે તેને રૂઢિચુસ્ત કહીશું, જે કહેશે ભગવાન આપે છે, ભગવાન સમજશે, ફક્ત તે જ જાણે છે! પરંતુ તે સારું રહેશે જો આ રૂઢિચુસ્ત પણ સંપૂર્ણપણે રૂઢિચુસ્ત હોય, પરંતુ જ્યારે કોઈ બીમાર પડે છે, ત્યારે તે હોસ્પિટલમાં જાય છે. પછી એ ના કહે કે ભગવાને કેન્સર આપ્યું છે, ભગવાન સમજે છે! ના, સારવાર માણસ દ્વારા કરવામાં આવે છે અને જ્યારે તે માણસને પ્રજનન કરતા અટકાવવાની વાત આવે છે

પછી તે ભગવાનનું નામ લે છે. તે અપ્રમાણિક છે, તે માત્ર રૂઢિચુસ્ત નથી. માત્ર એક પ્રામાણિક વફાદાર માણસ જ સમજી શકે છે, ઓછામાં ઓછી તેની પ્રામાણિકતા ત્યારે સમજાય છે જ્યારે તે કહે છે કે આપણે રોગની સારવાર કરાવીશું, કારણ કે ભગવાને રોગ આપ્યો છે. પણ આ માણસ સારવાર લેતી વખતે માણસ પાસે જાય છે. ભૂતકાળમાં, દસમાંથી નવ બાળકો મૃત્યુ પામ્યા હતા, હવે દસમાંથી એક બાળક મૃત્યુ પામે છે, ઘણાને બચાવ્યા છે. આ બાળકોને બચાવવા માટે, તેઓ માનવ વિજ્ઞાન તરફ વળે છે, પરંતુ જ્યારે તેમને બાળકને રોકવા પડે છે, ત્યારે તેઓ કહે છે કે તે ભગવાનનો વ્યવસાય છે.

પણ જેને આપણે પ્રગતિશીલ કહીએ છીએ તે વ્યક્તિ શું કરે છે? તેને કેવી રીતે રોકવું તે સૂચવે છે તે પ્રગતિશીલ પણ ખૂબ પ્રગતિશીલ નથી, ખૂબ આગળ દેખાતો નથી. તે પણ એક જ સૂચન જુએ છે કે કોઈક રીતે મૃત્યુદર બંધ કરો અને જન્મ નિયંત્રણ કરો. પરંતુ જો વિશ્વના તમામ ડોકટરો, તમામ નર્સો, તમામ લોકો કે જેઓ ઓપરેશન કરી શકે છે અને જન્મ નિયંત્રણ લાવી શકે છે, બધા લોકોને 24 કલાક કામ પર મૂકવામાં આવે છે, તો સંખ્યાને તેમના ગંતવ્ય સુધી પહોંચવામાં હજુ 150 વર્ષ લાગશે. દોઢસો વર્ષ - માણસ બચશે? તેથી જ પ્રગતિશીલો કહે છે કે જો આપણે ફક્ત જન્મ નિયંત્રણ રાખીએ તો બધું સારું થઈ જશે. તેને ખબર નથી કે તે ચમચી વડે સમુદ્રને ખાલી કરવાની વાત કરી રહ્યો છે. જો વિશ્વના તમામ લોકો સાથે મળીને 24 કલાક કામ કરે અને એક મિનિટ પણ આરામ ન કરે, તો આપણે વિશ્વમાં ખોરાકના પ્રમાણમાં લોકોની સંખ્યા લાવવામાં એકસો પચાસ વર્ષનો સમય લાગશે. વિશ્વમાં તેથી તે

અર્થહીન છે. આમાંથી કશું થવાનું નથી. રૂઢિચુસ્તતા ભગવાનને છોડી દે છે, તે નિષ્ણાતોને છોડી દે છે, પરંતુ બંને છોડી દે છે. જીવનનો અર્થ ઘણો મોટો છે અને તેના માટે આપણે ભૂતકાળ તરફ જ જોઈએ છીએ. વ્યક્તિ જુએ છે કે ભગવાન હંમેશા આધાર પૂરો પાડે છે. રોગચાળો મોકલ્યો હતો, દુકાળ મોકલ્યો હતો, પૂર મોકલ્યું હતું. હવે આપણે તે બધાને રોકવા અને ભગવાનના હાથ કાપી નાખવાની વ્યવસ્થા કરી છે.

બીજી વ્યક્તિ જુએ છે કે જન્મ દર વધ્યો છે અને મૃત્યુદર ઘટ્યો છે, તેથી જન્મ દર ઘટાડવો. આ - આ પણ માત્ર પાછળની તરફ જોઈ રહ્યા છે, તે ભવિષ્ય તરફ જોઈ રહ્યા નથી. આગળ જોવાનો અર્થ શું હશે? ઉદાહરણ તરીકે, મને બે અથવા ત્રણ વસ્તુઓ કહેવા દો:

પહેલી વાત: જો જમીન માણસ માટે અપૂરતી થઈ ગઈ છે, તો પછી આપણે સમુદ્ર પર રહેવાનું કેમ ન વિચારવું જોઈએ? બકમિલરે, એક પ્રગતિશીલ વિચારકે, સમુદ્ર પર ઘર બાંધવાનો પ્રસ્તાવ મૂક્યો.

પ્લાન આપ્યો પણ કોઈ સાંભળવા તૈયાર ન હતું. લોકો તેને પાગલ કહેતા. હવે આપણે તેને પાગલ કહીશું, જ્યાં સુધી આખી જમીન પાગલ ન થઈ જાય. તેમણે જે પ્લાન આપ્યો છે તે સિમેન્ટ કોંક્રીટના મકાનોનો છે અને એક મોટા મકાનમાં એક લાખ લોકો રહી શકે છે, આટલી મોટી યોજના હતી અને સિમેન્ટ કોંક્રીટના આટલા મોટા મકાનને પાણી પર તરતા મુકી શકાય છે. તેની અંદર રહેલા એર બલૂનને કારણે તે ડૂબશે નહીં. તેને ડૂબતા અટકાવવા માટે અન્ય કોઈ વ્યવસ્થા કરવાની જરૂર નથી. તેને ચારે બાજુથી બંધ કરી દેવામાં આવશે, તેની અંદરનો હવાનો બલૂન જ તેને તરતો બનાવશે પણ કોઈ તેને સ્વીકારવા તૈયાર નથી. તે દસ વર્ષથી બૂમો પાડી રહ્યો છે કે આપણે દરિયામાં રહેવાની વ્યવસ્થા કરીએ, પરંતુ આપણી વાત તેના મગજમાં પણ ન આવી.

અને અન્ય વસ્તુઓ: અન્ય વૈજ્ઞાનિક કહી રહ્યા છે કે ભૂગર્ભમાં રહેવાની વ્યવસ્થા કરો. જમીન પરથી ઉતરી જાઓ. જો માણસ ભૂગર્ભમાં જાય, જે મુશ્કેલ છે, તો તે ભૂગર્ભમાં રહી શકે છે. હવે અમારી પાસે તમામ સુવિધાઓ છે, અમે ભૂગર્ભમાં જઈ શકીએ છીએ જેથી સમગ્ર જમીન ઉત્પાદન માટે મફત બની જાય. પણ એ આપણા મગજમાં નહિ આવે. સાચી વાત તો એ છે કે માણસે પાણીથી દૂર જવું પડશે અને પાણી લાંબું નહીં ચાલે. ભૂગર્ભમાં જવું પડશે. જમીનની નીચે ઘણો અવકાશ છે. આપણે જેટલા મંદિરો અને મકાનો જમીન ઉપર ઉભા કરી રહ્યા છીએ તેના કરતા વધુ મંદિરો અને મકાનો જમીનની નીચે ઊંડે લઈ જઈ શકીએ છીએ. પરંતુ કોઈપણ પ્રગતિશીલ મનને ભવિષ્યમાં જોવાની હિંમત કરવી જોઈએ. આખી દુનિયામાં આપણે વધુ ઉત્પાદન,

વધુ ઉત્પાદન કરવાની ચિંતા કરીએ છીએ, પરંતુ જમીન થાકેલી અને જૂની છે. માણસે તેનું ઘણું શોષણ કર્યું છે. તમામ પગલાં લીધા પછી પણ આપણે ઘણું કરી શકીશું નહીં. અને ગમે તેટલું સિન્થેટીક ખાતર ઉમેરીએ અને ગમે તેટલું કરીએ, આ બધા પગલાં જૂના છે. આપણે પહેલાં ગાયનું છાણ નાખતા હતા એનો વાંધો નથી. તે જૂના સમયથી ખાતર હતું અને આપણે કારખાનાઓ બનાવીએ છીએ અને ખાતર ઉમેરીએ છીએ. તે એક નવા પ્રકારનું ખાતર છે. પણ આપણે દસ હજારથી વીસ હજાર વર્ષથી ખાતર ઉમેરીએ છીએ.

ના, આપણે ખૂબ જ ઝડપથી સમજવું જોઈએ કે હવે પૃથ્વી આટલો ખોરાક ઉત્પન્ન કરી શકશે નહીં. આપણે કૃત્રિમ ખોરાક તરફ વળવું જોઈએ. ખરેખર તો આપણે રોટલી ખાવાની ટેવ છોડી દેવી જોઈએ. વ્યક્તિએ ગોળીઓ લેવાની આદત પાડવી જોઈએ. શા માટે? તેમ છતાં, હું માનું છું કે તે વધુ તંદુરસ્ત, વધુ ફાયદાકારક, વધુ આનંદદાયક રહેશે. કારણ કે જૂની રીત મૂર્ખતાથી ભરેલી છે. આખો ખોરાક ખાઓ, પછી થોડું પાચન થાય છે અને બાકીનાને દૂર કરવા માટે તમારે સખત મહેનત કરવી પડશે. તે બિલકુલ અર્થહીન છે. આટલો ખોરાક શરીરમાં નાખવામાં આવે છે અને પછી તેને બહાર કાઢવો પડે છે. તમારા શરીરનું જીવન તેને અંદર નાખવામાં અને બહાર કાઢવામાં સમાપ્ત થાય છે. અંદર મૂક્યા પછી તેને પચાવવા માટે આઠ કલાકની ઊંઘ જરૂરી બની જાય છે. જો માણસ આઠ વર્ષ જીવે છે તો તે વીસ વર્ષ સૂવામાં વિતાવે છે અને તે વીસ વર્ષ માટે સૂવું જરૂરી છે. કારણ કે તેની ખાવાની રીત ઘણી જૂની છે. તેના માટે તેણે સૂવું પડશે, નહીં તો તે પચાવી શકશે નહીં. પછી તે પચાવવામાં ખૂબ જ અઘરું છે, તેમાંથી થોડું ઉપયોગી છે અને બાકીનું નકામું સમજીને ફેંકી દેવું પડે છે.

હવે આપણે એવી પરિસ્થિતિમાં આવી ગયા છીએ કે જેટલો ઉપયોગી છે તેટલો જ કેમ ન લેવો.

શરીર પર કોઈ જોખમ લેવાની જરૂર નથી. કૃત્રિમ ખોરાક માણસના આયુષ્યને લગભગ બમણું કરશે. કારણ કે માણસની અડધી શક્તિ ખોરાકને પચાવવામાં અને તેને શરીરમાંથી બહાર ફેંકવામાં ખર્ચવામાં આવે છે. જે દિવસથી કૃત્રિમ ખોરાક ઉપલબ્ધ થાય છે તે દિવસથી, સરેરાશ વય દોઢસો વર્ષ હોઈ શકે છે. અને 150 વર્ષમાં આપણે સૂવા માટે બહુ ઓછો સમય ફાળવવો પડશે. યાદ રાખો, પ્રાણીઓને માણસો કરતાં વધુ ઊંઘવાની જરૂર છે. તેથી પ્રાણી એટલો વિકાસ કરી શક્યો નહીં. બાળકને 24 કલાક માતાના પેટમાં સૂવું પડે છે. પછી પેટમાંથી બહાર આવ્યા પછી બાવીસ કલાક સૂવું પડે છે.

શું તમે ક્યારેય નોંધ્યું છે કે બાળકનો વિકાસ થતાં તેની ઊંઘ ઓછી થતી જાય છે. કોઈને કોઈ દિવસ, માનવતાએ એવો સમય બનાવવો પડશે જ્યારે ઊંઘ નિરર્થક બની શકે. આજે તે સ્થાન આવી ગયું છે, પરંતુ જો આપણે ભવિષ્ય તરફ નજર કરીએ તો જ. આપણે વિચારી શકતા નથી, આપણે હંમેશા પાછળની તરફ વિચારતા રહીએ છીએ. જો આપણે દસ હજાર વર્ષ પાછળ જઈએ તો આપણા મનમાં જે વાતો હતી તે આજે પણ છે. વાસ્તવમાં આપણી પાસે સામૂહિક મગજ છે. તે ભૂતકાળ સાથે મિશ્રિત છે. પાછળથી આપણી પાસે આવે છે. આપણે તેને પકડી રાખીએ છીએ અને જીવતા રહીએ છીએ. એ જ આપણે વિચારતા રહીએ છીએ. આપણી પાસે ખાવાની પરંપરાગત રીત છે. આપણે દિવસમાં ત્રણ વખત ખાવાનું છે, તે આપણા શરીરમાં ત્રણ વખત નાખવાનું છે. ત્રણ વખત રેડવા લાયક કોઈ અન્ન બાકી નથી, ત્રણ વખત રેડવા લાયક જમીન નથી અને ત્રણ વખત રેડવાની કોઈ જરૂર નથી તે ધ્યાનમાં લીધા વિના,

રસોઈ અને પચવામાં માણસને આટલો સમય ફાળવવાની જરૂર નથી. પરંતુ નેતાઓ બૂમો પાડતા રહેશે કે વધુ ખેતી કરો, વધુ ઉગાડો, ખાતર વાપરો.

જૂના જમાનામાં જ્યારે માણસ ગરીબ હતો ત્યારે આપણે કેટલાક સિદ્ધાંતો વિકસાવ્યા હતા. આપણે હજુ પણ તે બૂમો પાડી રહ્યા છીએ. અમેરિકામાં પણ એવા ચિંતકો છે જેઓ એ જ સિદ્ધાંતો ટાંકે છે જે ગરીબ વિશ્વમાં વિકસિત થયા હતા. હકીકતમાં તેઓ સમાજ માટે જોખમી છે. ગરીબ વિશ્વમાં એક સિદ્ધાંત હતો કે શ્રમ એ મહાન મૂલ્યની બાબત છે. હવે અમેરિકામાં એક મોટી સમસ્યા છે. આપણને હજુ પણ શાળાઓમાં શીખવવામાં આવે છે કે શ્રમ ખૂબ મૂલ્યવાન છે. જ્યારે અમેરિકામાં એક વિચારશીલ પ્રગતિશીલ વ્યક્તિ કહે છે કે શ્રમ ખૂબ જ જરૂરી છે તે શાળાઓમાં સમજાવશો નહીં, કારણ કે વીસ વર્ષમાં બધી મજૂરી મશીનો દ્વારા થશે અને માણસ મજૂરીની માંગ કરશે, તો પછી આપણે મજૂરી ક્યાંથી આપીશું? વીસ વર્ષ પછી અમેરિકામાં મજૂરની માંગ પૂરી કરવી અશક્ય બની જશે. કારણ કે શ્રમ માણસથી છોડી શકાતો નથી. શ્રમ તો મશીનોથી થશે, પણ હજારો વર્ષોથી શીખવવામાં આવે છે કે શ્રમ એ ભગવાન છે. મહેનત કરવી એ ભગવાન છે, મહેનત કરવી એ બહુ પુણ્યની વાત છે! અને જે માણસ નકામો છે તે બહુ ખરાબ માણસ છે. તમારે આ બદલવું પડશે.

આવતા વીસ વર્ષોમાં તમારે દરેક પુસ્તકમાં લખવું પડશે કે જે માણસ નકામો રહેવા તૈયાર છે તે ખૂબ દયાળુ છે. કારણ કે જે વ્યક્તિ જૂની રીતે કહે છે કે તેને માત્ર કામ જ જોઈએ છે તે મોટી સમસ્યાઓ

ઊભી કરશે. તે અસામાજિક હશે. જેમ કે વૃદ્ધ માણસ અસામાજિક હતો. જે કહેતો હતો કે હું કામ નહીં કરું પણ ખાવું જ પડશે. આપણે તેને કહેતા, આ માણસ અસામાજિક છે, સમાજનો દુશ્મન છે, કામ કરતો નથી અને ખાવાનું માંગે છે. કપડાં માંગે છે. તેને ખોરાક કે વસ્ત્રો આપી શકાતા નથી. જે વ્યક્તિ વીસ વર્ષ પછી કહે છે, "મારે નોકરી જોઈએ છે તેને અમે કામ આપી શકીશું નહીં." આપણે કહીશું, આ માણસ અસામાજિક છે. કારણ કે આ માણસ જે પણ કામ કરશે તે મશીન હજાર, લાખ, કરોડ ગણું સારું કરશે. આપણે આ માણસને કામ કેવી રીતે આપી શકીએ! તેથી, ભવિષ્યમાં વીસ વર્ષ પછી, જે વ્યક્તિ કામ અને પગાર પણ માંગે છે તે બંને વસ્તુઓ નહીં મળે. જો તમારે કામ જોઈએ છે, તો તમને ઓછો પગાર મળશે અને જો તમે નિષ્ક્રિય રહેવા તૈયાર છો, તો તમને વધુ પગાર મળશે. પગાર ચૂકવવો પડશે. કારણ કે જો પગાર ન મળે તો

શું તમે લોકો ખરીદી કરશો? તમે ઓટોમેટિક મશીનો વડે ચીજવસ્તુઓ બનાવી શકો છો પણ બજારમાં કોણ ખરીદશે? લોકોને ખરીદવા માટે તેમના પગાર ચૂકવવા પડશે. અને તમે જેટલી સારી વસ્તુઓનું ઉત્પાદન કરો છો, તેટલો સારો પગાર તમારે ચૂકવવો પડશે. જે માણસ નકામો બનવા તૈયાર છે - માછલી પકડવા જઈ શકે છે, પત્તા રમી શકે છે, ચેસ રમી શકે છે - કવિતા લખી શકે છે, તે માણસ સામાજિક રીતે સ્વીકાર્ય નૈતિક માણસ બનશે. પણ આપણા મગજમાં લાખો વર્ષોની સિસ્ટમ કહે છે કે શ્રમ એ બહુ ઊંચી વસ્તુ છે.

શ્રમ એ બહુ ઊંચી વસ્તુ નથી. આપણે કોઈ મજબૂરીમાં મજૂરીને બહુ ઊંચી વસ્તુ કહી હતી. કારણ કે મજૂરી વિના જીવવું અશક્ય હતું. હવે આપણે આ મજૂરી વિના જીવી શકીએ છીએ. હવે શ્રમ એ બહુ ઊંચી વસ્તુ નથી. અને જે લક્ઝરી અકબર, ઔરંગઝેબ, નેપોલિયન, અશોક, બુદ્ધ, મહાવીરને ઘરમાં મળતી હતી, તે હવે દરેકને મળી શકે છે. અને યાદ રાખો, વિશ્વની આખી સંસ્કૃતિ શ્રમમાં નહીં, વૈભવી રીતે વિકસે છે. જગતની તમામ શોધો, જગતનું તમામ સંગીત, તમામ વિજ્ઞાન, તમામ કવિતા, તમામ મહાકાવ્યો – આ કાલિદાસ જમીન ખોદીને મહાકાવ્યો નથી બનાવતા. આ કવિતાનો જન્મ રાજા ભોજના દરબારમાં થયો છે. આ તાનસેન ગટ્ટા તોડીને સંગીત નથી બનાવતો, અકબરના દરબારમાં સર્જાયેલું સંગીત છે. હવે માણસ એ જગ્યાની નજીક આવી રહ્યો છે જ્યાં દરેક માણસને તાનસેન બનવાની અને કાલિદાસ બનવાની સુવિધા હશે. જો તમે ત્યાં ન હો તો એ તમારા જૂના મનની મજબૂરી હશે. તમે કહો છો કે અમે ગટ્ટી તોડી નાખીશું, કારણ કે રવીન્દ્રનાથની કવિતામાં લખ્યું છે કે જે ગટ્ટા તોડે છે તે ભગવાન છે - તે ચાલશે નહીં. રવીન્દ્ર પાછા આવશે

તો કવિતા બદલવી પડશે. કારણ કે પરંપરા તોડનાર વ્યક્તિ પાગલ જ હશે. ભવિષ્યમાં ભગવાન હોઈ શકે નહીં.

પરંતુ કેટલાક લોકો ભ્રમિત હશે. તેઓ કહેશે, અમારે ચોક્કસ કામની જરૂર છે. કારણ કે આપણે કામ વિના કેવી રીતે જીવી શકીએ? અત્યારે પણ નિવૃત્ત થનાર વ્યક્તિ મુશ્કેલીમાં છે. તેથી જ કોઈ નિવૃત્ત થવા માંગતું નથી.

હવે આપણે જાણતા નથી કે લગભગ દસ હજાર વર્ષ પહેલાં મળેલા તમામ મૃતદેહોમાં, પચીસ વર્ષથી જૂની કોઈ લાશ નથી. મતલબ કે પચીસ વર્ષનો માણસ સૌથી વૃદ્ધ માણસ રહ્યો છે. આજે રશિયામાં લગભગ એક હજાર લોકો 150 વર્ષની વય વટાવી ચૂક્યા છે. સમગ્ર વિશ્વમાં ઘણા-ઘણા દેશોમાં સરેરાશ ઉંમર એંસી વર્ષની નજીક છે અથવા પહોંચી ગઈ છે. હવે વૃદ્ધોની સંખ્યા વધી રહી છે. હવે વૃદ્ધોએ નિવૃત્ત થવું પડશે. તે નિવૃત્ત થવા માંગતો નથી. ભલે તે પટાવાળા હોય કે રાષ્ટ્રપતિ - તેનાથી કોઈ ફરક નથી પડતો. તેઓ કહે છે કે અમારી પાસે અત્યારે પૂરી તાકાત છે. આપણે દોડી શકીએ છીએ. તમે દોડી શકો છો, તે તમારા માટે ખૂબ જ દયાળુ છે. પરંતુ તમે ખાલી હાથે દોડો છો, રાષ્ટ્રપતિ તરીકે દોડશો નહીં. અમે તમને દોડવાની મનાઈ નથી કરતા અને તમે પ્રમુખ બન્યા પછી જ દોડીશું એવો આગ્રહ રાખશો તો બાળકોમાં તમારા પ્રત્યે અનાદર થશે અને બળવો ફેલાશે તો નવાઈ નહીં. કારણ કે બાળકોને ક્યારેય વૃદ્ધ સમાજમાં - વૃદ્ધો સાથે સંઘર્ષ કરવો પડશે નહીં. આના કારણો હતા. સૌપ્રથમ, જૂના સમાજની ફરજો એવી હતી કે પિતાએ ફરજિયાતપણે પુત્રને કામ સોંપવું પડતું હતું. ખેડૂત પાસે કામ હતું, બળદને ઝૂંસરી બાંધવી પડતી હતી, લાકડા કાપવા પડતા હતા, પથ્થરો તોડવા પડતા હતા, જમીન ખેડવી પડતી હતી, તાકાતની જરૂર હતી. પિતા વૃદ્ધ થતાં, યુવાન પુત્રએ તેમને કામ સોંપવું પડ્યું. જુવાન દીકરો આપોઆપ માસ્ટર બની જશે. પિતા પોતાની મેળે દૂર જતા રહ્યા. આજે પરિસ્થિતિ બદલાઈ ગઈ છે. આજે પિતા ઇચ્છે તો પણ જરાય હટશે નહીં. કારણ કે આજે કોઈ મજૂરી કામ નથી. પણ દીકરો તારી દૂર જવાની રાહ જુએ છે. હું પોતે પિતા બની રહ્યો છું. કદાચ હું મધ્યમાં સમાપ્ત થઈ જાઉં. અને બીજી પેઢી આગળ આવી છે. જેથી પુત્ર ચિંતાતુર બન્યો છે.

શું તમે ક્યારેય વિચાર્યું છે કે ગરીબોના પુત્રો તેમના પિતા સાથે ક્યારેય ઝઘડતા નથી? પરંતુ સમ્રાટોના પુત્રો વચ્ચે હંમેશા ઝઘડા થતા હતા. સમ્રાટોના પુત્રો ખરાબ પુત્રો ન હતા. એ એવા દીકરાઓ હતા જેઓ ગરીબોના દીકરા ન હતા. કે ગરીબ દીકરાને આપોઆપ પિતાનું કામ મળી જાય. બાદશાહે પોતાનું કામ છોડ્યું ન હતું. તે કામ એવું હતું કે

બાદશાહ તેને છોડવા માંગતા ન હતા અને તે કામ એવું હતું કે તેને કોઈ યુવાની કે તાકાતની જરૂર ન હતી. પુત્રોને છીનવી લેવું પડ્યું. ઔરંગઝેબ ખરાબ પુત્ર નહોતો. જો ઔરંગઝેબ ગરીબ વ્યક્તિનો પુત્ર હોત તો કોઈ મુશ્કેલી ન પડત. પિતાને કેદ ન થવું પડ્યું હોત. કારણ કે પિતા પોતે કહે છે કે દીકરા, તું હવે જુવાન થઈ ગયો છે, હવે જાઓ. હવે તમે બળદની જગ્યાએ કામ કરો. પરંતુ ઔરંગઝેબના પિતા રાજા હતા, તેઓ પદ છોડવા માંગતા ન હતા. આજે, વિશ્વના લગભગ તમામ પિતા એવા તબક્કે પહોંચી ગયા છે જ્યાં તેઓ તેમના પુત્રોને કામ આપ્યા વિના તે પોતે કરી શકે છે.

તેથી, સમગ્ર વિશ્વમાં પિતા અને પુત્રો વચ્ચે વર્ગ સંઘર્ષ ઉભો થયો છે. જે ક્યારેય નહોતું. આને યોગ્ય રીતે સમજવું જોઈએ. જેઓ પ્રગતિશીલ છે તેમણે આ વાત સ્પષ્ટ સમજવી જોઈએ કે આપણે કામ ન કરવા માટે પણ ગર્વ લેવો જોઈએ. અને વ્યક્તિ જેટલી જલ્દી નિવૃત્ત થાય છે, તેટલું વધુ તેનું સન્માન કરવું પડશે. અને આવતીકાલે ધીમે ધીમે આખા સમાજને નિવૃત્તિ માટે, નોકરી પર ગયા વિના નિવૃત્તિ માટે તૈયાર કરવા પડશે.

આ બધી મુશ્કેલીઓ...આપણું જૂનું મન આપણને તકલીફ આપે છે! તો જ્યારે હું કહું કે પ્રગતિશીલ કોણ? તો મારો મતલબ એ છે કે જે ભૂતકાળથી વિચારતો નથી, પરંતુ જે ભવિષ્યથી વિચારી રહ્યો છે. ભવિષ્ય વિશે વિચારવામાં કોઈ નિશ્ચિતતા ન હોઈ શકે, ત્યાં હંમેશા શક્યતાઓ હોય છે. હંમેશા એક હશે. તો એક છેલ્લી વાત કહું. રૂઢિચુસ્તતા હંમેશા નિરપેક્ષ છે, તેનો શબ્દ સંપૂર્ણ, પૂર્ણ છે. રૂઢિચુસ્તતા હંમેશા દાવેદાર છે. તે કહે છે, એવું છે. A એ ‹A› છે, તેની દલીલ ઉમરાવ છે. તે કહે છે, A એ ‹A› છે, એટલે કે A ‹B› ન હોઈ શકે. A એ A છે અને A એ B ન હોઈ શકે. આ રૂઢિચુસ્ત મનનો તર્ક છે. પ્રગતિશીલ મન નિરપેક્ષ ન હોઈ શકે, તે માત્ર સાપેક્ષ હોઈ શકે. તે બનાવેલ દરેક નિવેદનમાં ફકરાઓ સાથે હશે. તે કહેશે, કદાચ એવું હોય. જો કોઈ વ્યક્તિ કહે કે આવું થશે તો સમજવું કે તે રૂઢિચુસ્ત છે. જો કોઈ વ્યક્તિ પ્રગતિ વિશે કહે કે ‹આ ચોક્કસ થશે›, તો સમજો કે તે પ્રગતિના સંદર્ભમાં રૂઢિચુસ્ત છે. પણ જે માણસ કહે છે કે, ‹આ થઈ શકે છે›...! યાદ રાખો, વિશ્વ એવી જગ્યાએ આવી ગયું છે જ્યાં નિરપેક્ષ નિવેદનોની જરૂર નથી. ભવિષ્યમાં માત્ર મૂર્ખ જ નિરપેક્ષ નિવેદનો કરી શકશે. ભૂતકાળમાં પણ અજ્ઞાની સિવાય કોઈએ નિરપેક્ષ નિવેદનો આપ્યા નથી, માત્ર અજ્ઞાન જ કહી શકે છે કે હું જે કહું છું તે અંતિમ સત્ય છે. જ્ઞાન સંકોચ કરશે, તે કહેશે, આપણે જે

કહીએ છીએ તે થાય કે ન થાય. તે અન્યથા પણ હોઈ શકે છે. હજારો વિકલ્પો છે, ભવિષ્ય અનિશ્ચિત છે, અજાણ છે, શક્યતાઓ છે, તકો છે, તે બની શકે છે, તે ન પણ બને!

પ્રગતિશીલોનો તર્ક એરિસ્ટેટોરિયન ન હોઈ શકે. પ્રગતિશીલ તર્કને ઝેન જેવું કહેવું જોઈએ. ઝેન રહસ્યવાદી કહી શકે છે - A એ ‹A› છે અને ‹B› પણ છે. તે કહી શકે છે કે, ‹A› ‹A› છે અને ‹A› પણ ‹B› છે. તર્ક માટે તે ખૂબ મુશ્કેલ બની જાય છે,

કારણ કે તર્કને સીધી લીટીઓ ગમે છે, તેથી આપણે કહીએ છીએ કે આ કાળો છે અને આ સફેદ છે, પરંતુ જીવનમાં ન તો કંઈ કાળું નથી અને કંઈપણ સફેદ નથી. જીવનની દરેક વસ્તુ ગ્રે છે. હા, એક આત્યંતિક છે જેને આપણે કાળો કહીએ છીએ. ગ્રેની બીજી આત્યંતિકતા છે જેને આપણે સફેદ કહીએ છીએ.

જીવન ગ્રે છે, જીવનમાં સફેદ અને કાળું એવું કંઈ નથી, જીવનમાં ઠંડી અને ગરમી જેવી કોઈ વસ્તુ નથી, ઠંડી અને ગરમી એ એક જ વસ્તુની, સમાન તાપમાનની ડિગ્રી છે. તો ક્યારેક એક નાનકડો પ્રયોગ કરો અને તમારું જીવન ફળ આપશે. એક હાથને ગરમ કરો અને બીજા હાથને ઠંડો કરો. બંનેને એક જ ડોલમાં નાખો અને પછી જણાવો કે પાણી ગરમ છે કે ઠંડું. એક હાથ કહેશે ઠંડું, બીજો હાથ કહેશે ગરમ. ગરમી અને ઠંડી એ બે વસ્તુ નથી. ગરમી અને ઠંડી એ એક જ વસ્તુનું પ્રમાણ છે.

પ્રગતિશીલ તર્ક A અને B ના વિરોધને તોડી નાખે છે. પ્રગતિશીલ તર્ક કાળા અને સફેદના વિરોધને તોડી નાખે છે, પ્રગતિશીલ તર્ક સારા અને ખરાબના વિરોધને તોડી નાખે છે. તે એવું નથી કહેતો કે આ ખરાબ છે અને આ સારું છે. તે નથી કહેતો કે આ નરક છે અને આ સ્વર્ગ છે. તે કહેતો નથી કે આ પાપી છે, આ પુણ્યશાળી આત્મા છે. તે કહે છે, પાપ અને પુણ્ય એ એક જ વસ્તુની ડિગ્રી છે અને પાપી ક્યારેક પુણ્યશાળી આત્મા હોય છે અને પુણ્યશાળી આત્મા ક્યારેક પાપી હોય છે. મહાત્મા રજા પર હોય ત્યારે મહાત્મા પાસે પણ તેની ક્ષણો હોય છે અને પાપી પાસે પણ ત્યારે તેની ક્ષણો હોય છે જ્યારે કોઈ પાપી એક મહાત્મા હોય છે. જીવન જટિલ છે. જીવનમાં પ્રગતિશીલ મન ધરાવશો તો વિચારી શકશો કે પ્રગતિશીલ કોણ છે? અને સૌથી યોગ્ય બાબત એ છે કે વિચારવું નહીં, કરીને જોવું, કારણ કે પ્રગતિ એ જીવન દ્વારા જાણી શકાય છે. તે વિચારવાથી અને વાંચવાથી જાણી શકાતું નથી, તે સમજવાથી જાણી શકાતું નથી. પણ તેઓ ધન્ય છે જેઓ પ્રગતિશીલ બની શક્યા છે. કારણ કે જીવન એનું છે જે પ્રગતિશીલ છે અને જે પ્રગતિશીલ નથી તેઓ મૃત્યુ પામ્યા છે. મેં આ થોડીક વાતો કહી છે, કંઈપણ સ્વીકારશો નહીં, નહીં તો

હું તમને રૂઢિચુસ્ત બનાવવાનું કારણ બનીશ. હું આટલું પણ પાપ કરવા નથી માંગતો. મેં કેટલીક વસ્તુઓ કહી, તેના વિશે વિચારો! આમાં ઘણું ખોટું હશે, ઘણું સાચું પણ હોઈ શકે છે. સાચું અને ખોટું એ અલગ વસ્તુઓ નથી. પણ જો તમે વિચારની યાત્રા પર જઈ શકો તો બસ.

પ્રશ્ન: તમારા મતે, તમને એવી વ્યક્તિ ક્યાં મળે છે કે જે રૂઢિચુસ્તતાનો વિરોધ કરે અને જે ભવિષ્ય તરફ પોતાનું વિઝન રાખે?

કોઈ જગ્યાએ મળતી નથી. તેઓ મળતા નથી કારણ કે જેણે ભવિષ્ય તરફ જોવું હોય તેણે ભૂતકાળ તરફ પીઠ ફેરવવી પડે છે અને જે ભૂતકાળ સામે લડવા માંગે છે તેણે ભૂતકાળનો સામનો કરવો પડે છે. મળે તો પણ બંનેની પીઠ હોય છે, બીજું કંઈ નહીં. ભૂતકાળ પણ લડવા યોગ્ય નથી. મૃત વ્યક્તિ સાથે લડીને, તમે ફક્ત મરી શકો છો, બીજું કંઈ કરી શકતા નથી. ભૂતકાળ લડવા યોગ્ય નથી, ભૂતકાળ મુક્તિ માટે યોગ્ય છે.

પ્રશ્ન: રૂઢિચુસ્તતાને તોડનાર વ્યક્તિ નવા પ્રકારની રૂઢિચુસ્તતાને ટેકો આપવાનું શરૂ કરે, તો તે ક્યારે પ્રગતિશીલ બનશે?

આવું ક્યારેય નહીં થાય. જો રૂઢિચુસ્તતાને તોડનાર વ્યક્તિ નવી રૂઢિચુસ્તતાને ટેકો આપે છે, તો તે પોતે રૂઢિચુસ્ત છે, પરંતુ તે કોઈ પ્રકારની રૂઢિચુસ્તતાની વિરુદ્ધ છે કે પછી કોઈ પ્રકારની રૂઢિચુસ્તતાની તરફેણમાં છે - તે તેની પસંદગી છે, તે તેની પસંદગી છે. તે રૂઢિચુસ્તતાનો વિરોધ કરતો નથી, તે અમુક રૂઢિચુસ્તતાનો વિરોધ કરશે અને અન્ય રૂઢિચુસ્તતા લાવવા માંગે છે. પ્રગતિશીલ કોઈપણ સ્ટીરિયોટાઇપ્સ લાવવા માંગતા નથી. પ્રગતિશીલનો અર્થ એ જ છે કે આપણે એવો સમાજ જોઈએ છે જ્યાં આપણે કોઈને રૂઢિપ્રયોગોમાં બાંધીશું નહીં. તમે પૂછી શકો છો, જો સમાજ સ્ટીરિયોટાઇપ્સથી બંધાયેલ ન હોય તો તે કેવી રીતે કાર્ય કરશે? સમાજ સંમેલનો વિના કાર્ય કરી શકે છે અને બધા નિયમો સંમેલન નથી. જે નિયમો આપણે જુસ્સાથી રાખીએ છીએ તે સંમેલનો બની જાય છે. ઉદાહરણ તરીકે - તે રસ્તાનો નિયમ છે કે તમે ડાબી બાજુએ ચાલો. કેટલાક દેશોમાં રસ્તાનો નિયમ જમણી તરફ વાહન ચલાવવાનો છે. આ કોઈ સ્ટીરિયોટાઈપ નથી. આ માત્ર ઔપચારિક વ્યવસ્થા છે.

તમે ડાબે કે જમણે ચાલો છો તેનાથી કોઈ ફરક પડતો નથી. ડાબી બાજુ ચાલવા માટે વ્યવસ્થા કરવામાં આવી છે. તે રાહદારીઓને સુવિધા પૂરી પાડે છે. પરંતુ ડાબી તરફ ચાલવું એ વૈદિક વાક્ય નથી અને ડાબી બાજુ ચાલવાની નિશાની લગાવીને તેની પૂજા કરવાની જરૂર નથી. અને જો કોઈ દિવસ ડાબી બાજુ ચાલવાનો નિયમ બદલવો પડે તો વિચારવું જોઈએ કે જમણી તરફ ચાલવાનો નિયમ બનાવી લઈએ તો આપણા ધર્મ પર હુમલો થયો હોય એવો ધ્વજ લઈ જવાની કોઈને જરૂર નથી.

કોઈના ધર્મ પર હુમલો નથી થતો. જે દિવસે દુનિયામાં પ્રગતિ થશે, ત્યાં નિયમો હશે, સંમેલનો નહીં. હું એમ નથી કહેતો કે કોઈ નિયમો હશે નહીં. સંમેલનો અને નિયમો

ફરક એટલો છે કે જ્યારે આપણે ગાંડાની જેમ કોઈ નિયમને પકડી રાખીએ છીએ ત્યારે તે પરંપરા બની જાય છે. અને જ્યારે આપણે સંમેલનનો ઉપયોગ કરીએ છીએ, ત્યારે તે એક નિયમ રહે છે. બધા નિયમો સંમેલન બની શકે છે અને બધા સંમેલનો નિયમો બની શકે છે. હવે આપણે બધા નિયમો સંમેલનો કર્યા છે, હવે બધું સંમેલન છે. દરેક વસ્તુ માટે નિયમો હોવા જોઈએ. શાસનહીન સમાજ ન હોઈ શકે, રૂઢિચુસ્ત સમાજ હોઈ શકે.

પ્રગતિશીલ હોવાનો મતલબ એ નથી કે આપણે એવા સમાજની વાત કરી રહ્યા છીએ જ્યાં કોઈ નિયમો નહીં હોય, જે માર્ગ પર ચાલવા માંગે છે તે ત્યાં ચાલી શકશે. એવો રસ્તો ન હોઈ શકે અને જો એવો રસ્તો બનાવવો હોત તો કોઈ રસ્તો જ ન હોત, ફક્ત માણસ જ્યાં ઇચ્છે ત્યાં ચાલી શકે. જો તમે ક્યારેય એવો સમાજ બનાવવા માંગો છો કે જેમાં કોઈ નિયમો નથી, તો તેની પાસે કોઈ રસ્તો નથી કારણ કે તે જંગલ હશે. જંગલમાં કોઈ નિયમો નહીં હોય. જો રસ્તો હોય અને ચાલવા માટે લોકો હોય તો નિયમો હશે. પરંતુ નિયમને કઠોર બનાવવાની જરૂર નથી. જો જીવન નિયમોનું પાલન કરે, તો નિયમો બદલવામાં ક્યારેય કોઈ મુશ્કેલી નથી આવતી કારણ કે નિયમો સાથે આપણો કોઈ ભાવનાત્મક સંબંધ નથી. હવે ડાબી બાજુએ ચાલવું એ ન તો હિંદુ શાસન છે, ન તો તે મુસ્લિમ શાસન છે, ન તો તે ખ્રિસ્તી શાસન છે.

જીવનના તમામ નિયમો ડાબે અને જમણે ચાલવા જેવા હોવા જોઈએ. જ્યારે જરૂર પડે ત્યારે તેને બદલો, જ્યારે તે નકામું થઈ જાય ત્યારે તેને દૂર કરો. લડવાની જરૂર ન હોવી જોઈએ. તેમની સામે લડવાની જરૂર એટલા માટે ઊભી થાય છે કારણ કે કેટલાક લોકો તેને ચુસ્તપણે પકડી રાખે છે, કોઈપણ કારણ વગર તેને પકડી રાખે છે. હું શું કહું છું કે જો કોઈ સંમેલનો તોડનાર નવા સંમેલનોને સમર્થન આપે છે, તો તે વ્યક્તિ રૂઢિચુસ્ત છે. તે ફક્ત જૂની પરંપરાથી કંટાળી ગયો છે અને યાદ રાખો, જૂની પરંપરા નવી પરંપરા કરતાં વધુ સારી છે કારણ કે જૂની પરંપરા તૂટી જાય છે. નવી પરંપરા ફરીથી નવી છે, તે મજબૂત બને છે, તે લાંબા સમય સુધી ચાલે છે. માણસ મૃતદેહને ખભા પર લઈને અંતિમ સંસ્કારની ચિતા પાસે જાય છે. ખભા દુખવા લાગે તો ખભા બદલવામાં આવે છે. તે શબને એક ખભાથી બીજા ખભામાં ખસેડે છે. તેનાથી બોજમાં કોઈ ફરક પડતો નથી. થોડા સમય માટે રાહત છે. નવા ખભા પરનું

વજન થોડા સમય માટે ઓછું લાગે છે, અને તેનાથી કોઈ ફરક પડતો નથી. જૂની શૈલીથી નવી શૈલીમાં નિયમો દ્વારા ન જાઓ, સંમેલનો દ્વારા જાઓ. આમાં મૂળભૂત તફાવત છે.

પ્રશ્નઃ ગાંડપણ અને પ્રગતિશીલતા વચ્ચે શું તફાવત છે?

બહુ જ ઓછો તફાવત છે, બહુ સૂક્ષ્મ તફાવત છે. વાસ્તવમાં, આપણે સામાન્ય રીતે આપણા સમાજમાં અવ્યવસ્થિત બનેલી વ્યક્તિને પાગલ કહીએ છીએ. આપણા સમાજમાં જે એડજસ્ટમેન્ટ ગુમાવે છે તે પાગલ જ હોય એવું જરૂરી નથી. સંભવ છે કે આખો સમાજ પાગલ છે અને તેથી જ તે માણસ એડજસ્ટ થઈ શકતો નથી કારણ કે જે લોકોએ જીસસને ક્રોસ પર ચડાવ્યો હતો તેઓ તેને પાગલ માનતા હતા અને જે લોકોએ સોક્રેટીસને ઝેર આપ્યું હતું તે પાગલ માનતા હતા અને જેમણે મહાવીરને વધસ્તંભ પર ચડાવ્યા હતા તે લોકોએ તે વિચારીને પથ્થર ફેંક્યા હતા કે તે પાગલ છે. સમાજ તેને પાગલ કહે છે જે સમાજના માળખામાં બંધ બેસતો નથી. તે પાગલ પણ હોઈ શકે છે. તે પ્રગતિશીલ પણ હોઈ શકે છે. બંને કિસ્સાઓમાં તે સમાજના બંધારણમાં બંધબેસશે નહીં. શું તફાવત છે? ફરક માત્ર એટલો જ છે કે આ પાગલ માણસને કોઈ ભવિષ્ય નહીં મળે, આ પ્રગતિશીલ માણસને ભવિષ્ય મળશે અને આ ગાંડો માણસ આ માણસ અને આ પ્રગતિશીલ માણસ, જેને આપણે પાગલ કહીએ છીએ, તેનાથી કંઈ જ નહીં મળે. આજે આપણે તેનો અનુભવ કરીશું, કાલે આપણે ભગવાનની જેમ તેની પૂજા કરીશું. આપણે બધાએ પાછળથી પાગલ લોકોની પૂજા કરી.

વાસ્તવમાં જીસસનો જન્મ થવો જ હોય તો તેણે બે, ચાર, પાંચ હજાર વર્ષ રાહ જોવી જોઈએ જેથી તે એડજસ્ટ થઈ શકે, પણ તે પાંચ હજાર વર્ષ પાછળ જન્મે છે, તે તેની ભૂલ છે. હવે પાગલ વિશે આપણો દૃષ્ટિકોણ ઘણો બદલાઈ રહ્યો છે. આપણે જે દ્રષ્ટિ વિશે વિચાર્યું હતું તે હવે અસ્તિત્વમાં નથી. તમે આજે પાગલ લોકો વિશે શું વિચારો છો? સામાન્ય રીતે ત્રણ પ્રકારના પાગલ હોય છે. એક પાગલ વ્યક્તિ તે છે જે શારીરિક રીતે વિકલાંગ છે. આ પ્રકારના પાગલ વ્યક્તિને બીમાર માનવો જોઈએ. આ પ્રકારના પાગલને પાગલ ન ગણવો જોઈએ. જેમ માણસને આંખો નથી, તેમ માણસને મગજનો કોઈ ભાગ નથી, તે પાગલ છે. તમે અંધ માણસને પાગલ ન કહો. એક આંખવાળાને પાગલ ન કહેવાય, લંગડાને પાગલ ન કહેવાય. આ માણસ અને પેલા માણસમાં શું ફરક છે? તેના ઉપકરણમાં જ કંઈક ખૂટે છે. તેની મિકેનિઝમમાં પણ કંઈક ખૂટે છે. તેના જોવાના યંત્રમાં ઉણપ છે, તેના વિચાર યંત્રમાં ઉણપ છે. આને બીમાર કહેવું જોઈએ. પાગલ ન કહેવાય. બીજી સૌથી મોટી

સંખ્યા એવા પાગલોની છે જેઓ આપણા સમાજને કારણે પાગલ થઈ જાય છે જેના માટે આપણે જવાબદાર છીએ. તેઓ જવાબદાર નથી.

હવે આપણે એક પુરુષને એવી સ્ત્રી સાથે પરણાવીએ છીએ જેને તે ક્યારેય જાણતો નથી.

જોઈ નથી, જેણે તેને ક્યારેય પ્રેમ કર્યો નથી. હવે આપણે બાકીનું જીવન આ આશામાં વિતાવીએ છીએ કે તે તેને પ્રેમ કરશે. જો આ પ્રેમ ન થાય, જો તે સીધો અને સારો માણસ હોય તો તે પ્રેમ કરવાનો પ્રયાસ કરશે અને યાદ રાખો કે પ્રેમ ક્યારેય પ્રયત્નોથી થતો નથી. તે પાગલ થઈ જશે. બદલી પણ શકતા નથી. તે જે પ્રેમ કરી શકે તે કરી શકતો નથી, તે જે કરી શકતો નથી તે કરવાનો પ્રયાસ કરે છે. આપણે તેને દબાવી દઈશું. તે પાગલ હોઈ શકે છે. હવે જો તે ગાંડો થશે તો આપણે કહીશું કે આ માણસ પાગલ છે. આ માણસ પાગલ નથી, આ માણસ પાગલ સમાજમાં જન્મ્યો છે. અને શક્ય છે કે જો તેના બદલે કોઈ ઓછી સંવેદનશીલ વ્યક્તિ હોત, તો તેણે તેને ચલાવ્યું હોત અને પાગલ ન હોત. તેથી, મનોવિજ્ઞાનમાં નવી શોધો કહે છે કે આપણે જેમને પાગલ કહીએ છીએ, તેમાં આપણા કરતાં અનેક ગણા વધુ સંવેદનશીલ અને વધુ ક્ષમતાવાળા લોકો છે, કારણ કે આ ગરીબ લોકો તેને સહન કરી શકતા નથી. જો તે સામાન્ય માણસ હોત, સાધારણ મનનો માણસ હોત, તો તેણે કહ્યું હોત, સારું, પ્રેમની શું જરૂર છે? બાળકો છે, કામ ચાલે છે. તેણે વાહન ચલાવ્યું હશે. પણ એક માણસ એવો છે - જે સંતાનો કરીને સંતુષ્ટ નથી થઈ શકતો, જે સેક્સથી સંતુષ્ટ નથી થઈ શકતો, જે કહે છે કે આ બહુ જૈવિક સ્તરનો મામલો છે, જેને બીજી કોઈ આંતરિક ઈચ્છા છે, જેને પ્રેમ જોઈએ છે પણ મળતો નથી. જો તે તેવો હશે તો તે પાગલ થઈ જશે. અને જેઓ મીડિયા પર્સન છે, જેઓ પાગલ નથી તેઓ તેને કહેશે કે આ માણસ પાગલ થઈ ગયો છે. બીજી શ્રેણી એ પાગલ લોકોની છે જેઓ પાગલ થઈ જાય છે કારણ કે આપણે બનાવેલા સમાજનું આખું માળખું ગાંડપણનું છે. તેણે તેમના પર હજારો પ્રકારના ગાંડપણની ગોઠવણ કરી છે અને તેને લાદવામાં આવીરહી છે, પરંતુ જેઓ ઓછા સંવેદનશીલ અને ઓછા બુદ્ધિશાળી છે તેઓ તેની સાથે સંમત થશે. જે સંવેદનશીલ અને વધુ બુદ્ધિશાળી છે તે પાગલ થઈ જશે.

ત્રીજા પ્રકારના પાગલ લોકો એવા છે જેઓ ન તો સમાજના કારણે પાગલ છે કે ન તો કોઈ શારીરિક કારણથી પાગલ છે, પરંતુ ભવિષ્યના લોકો છે, આજના લોકો પણ નથી. તેમની અને આજની વચ્ચે ઘણું અંતર છે. અમારી અને તેમની વચ્ચે સામાન્ય ભાષા નથી. અમારી અને તેમની વચ્ચે કોઈ વાતચીત નથી. આપણે તે વ્યક્તિને પાગલ કહેવા લાગીએ

છીએ, જેની સાથે આપણો કોઈ તાલમેલ નથી, કોઈ સંબંધ નથી બનતો. તે આપણને પાગલ લાગવા માંડે છે, અને ચોક્કસપણે તે દેખાશે, કારણ કે તે બે કે ત્રણ હજાર કે પાંચ હજાર વર્ષના ભવિષ્યની ભાષા બોલે છે. ભવિષ્યની વાત કરે છે. તેઓ એવી રીતે વાત કરી રહ્યા છે જાણે કૃષ્ણ હોય. જો તેઓ આજે જન્મ્યા હોત તો તેઓ પાગલ થઈ જાત. તે દિવસે પણ પાગલ હતા. જો આજે કૃષ્ણનો જન્મ થયો હોત તો તે મોરપીંછનો મુગટ પહેરીને વાંસળી સાથે નાચવાનું શરૂ કરે, તો તેના મંદિરમાં પૂજા કરનારાઓ પણ પોલીસને જાણ કરત, કહેત, કૃપા કરીને તેની સંભાળ રાખો, કારણ કે પૂજા સારી હતી, તે હતા. મંદિરમાં, તે સારું હતું, ચાલો આગળ વધીએ, કોઈ સમસ્યા નહોતી. પરંતુ રસ્તા પર વાંસળી વગાડવી યોગ્ય નથી. અને તેઓ કોઈ બીજાની રાધા સાથે નાચતા હતા, તે સારું છે, જો તેઓ અમારી રાધા સાથે નાચશે તો બહુ જોખમ છે, તે નહીં ચાલે.

હવે કૃષ્ણ એ ભાવિ વિશ્વનો માણસ છે, જે દિવસે પ્રેમનો કબજો રહેશે નહીં, તે દિવસે કૃષ્ણ વાતચીત કરી શકશે. તે દિવસે તેઓ પાગલ નહીં થાય. જે દિવસે પ્રેમ કોઈ કબજો નથી, જે દિવસનો પ્રેમ કાયમી કરાર નથી, તે દિવસનો પ્રેમ એ ક્ષણિક ઘટના છે, અને જે દિવસે પ્રેમની કોઈ માલિકી નથી, તે દિવસે કૃષ્ણ અર્થપૂર્ણ બની શકે છે. કૃષ્ણ એ દિવસે સાર્થક થઈ શકે છે જ્યારે વ્યક્તિ 24 કલાક વાંસળી વગાડે તો પણ ભૂખે મરશે નહીં, નાચશે કે રાસ કરશે તો પણ ભૂખે મરશે નહીં. જે દિવસે આપણે સુખ પણ સ્વીકારીશું તે દિવસે કૃષ્ણ ભવિષ્યના માણસ બની શકે છે. આપણે એવા દુઃખી છીએ કે આપણે કોઈને ખુશ જોઈને સ્વીકારી શકતા નથી, ઈર્ષ્યાથી ભરાઈ જઈએ છીએ. કૃષ્ણ જેવી વ્યક્તિનું ગળું દબાવી દઈશું કે આપણી વચ્ચે એવો સુખી વ્યક્તિ છે કે અમે રડીએ છીએ અને તમે વાંસળી વગાડો છો. ના, આ ખૂબ જ સુખી સમાજમાં જ્યાં કોઈ બીજાની ખુશી ઈર્ષ્યા નહીં ઉત્પન્ન કરે, જ્યાં કોઈ બીજાની ખુશી આપણને નાચવા દે, તે દિવસે કૃષ્ણને સ્વીકારી શકાય. આવા લોકો પાગલ પણ હોય છે.

તેથી હું માનું છું કે પ્રગતિશીલ અમુક અર્થમાં ઉન્મત્તની નજીક હશે. બે કારણોસર નજીક હશે. પ્રથમ, સમાજ તેને દબાવશે, અને તે પણ એટલે કારણ કે તે ભવિષ્ય લક્ષી હશે. પાગલ અને તેની વચ્ચે સમાનતા છે. પણ આપણે જે સમાજમાં રહીએ છીએ, ત્યાં પાગલ ન થવા કરતાં પાગલ થવું સારું!

•

4

ધર્મ અને રાજકારણ

મારા પ્રિય આત્મા!

ધર્મ એ જીવન જીવવાની કળા છે, જીવન જીવવાનું વિજ્ઞાન છે. ધર્મ એ જીવનને તેના સંપૂર્ણ અર્થમાં કેવી રીતે જીવી શકાય તેની શોધ છે. જો ધર્મ જીવનની કળાનો આત્મા છે, તો રાજકારણ એ જીવનની કળાનું શરીર છે. જો ધર્મ જીવનનો પ્રકાશ છે, તો રાજકારણ પૃથ્વી છે. ન તો આત્મા એકલો હોઈ શકે, ન તો શરીર એકલું હોઈ શકે. જો શરીર ન હોય તો આત્મા અદૃશ્ય થઈ જાય છે અને ખોવાઈ જાય છે અને જો આત્મા ન હોય તો શરીર સડી જાય છે અને દુર્ગંધ આવવા લાગે છે. ધર્મ વિના રાજકારણ સડેલું શરીર બની જાય છે. પણ યાદ રાખો, રાજકારણ વિનાનો ધર્મ પણ અદૃશ્ય થઈ જાય છે અને અલોપ થઈ જાય છે. તેથી, ધર્મ અને રાજકારણ પર કંઈપણ બોલતા પહેલા, તેમની વચ્ચેના આંતરિક સંબંધોને સમજવું જરૂરી છે.

જીવનમાં સક્રિય શક્તિ, જીવનને બદલવાની સક્રિય ચળવળ, જીવનને ચલાવવા અને સર્જન કરવાની વ્યવસ્થા, એ બધાનું નામ રાજકારણ. રાજકારણમાં શિક્ષણની સાથે આંતરિક અર્થ પણ છે. રાજકારણમાં પણ અમારે પારિવારિક સંબંધો છે. રાજકારણની અંદર આપણા જીવનના તમામ પરસ્પર સંબંધો છે. પરંતુ ભારતની કમનસીબી એ સમજવી જોઈએ કે હજારો વર્ષોથી રાજકારણ અને ધર્મ વચ્ચે કોઈ સંબંધ નથી. ભારતમાં રાજનીતિ અને ધર્મ બંને એકબીજાના વિરોધી રહ્યા છે - એકબીજા તરફ પીઠ ફેરવીને ઊભા છે.

અને આ માત્ર આજની વાત નથી, હજારો વર્ષોથી આવું થઈ રહ્યું છે અને આપણે તેના પરિણામો પણ ભોગવી રહ્યા છીએ. એક હજાર વર્ષની ગુલામી તેની પ્રતિકૂળ અસર છે. ભારત ગુલામ બની ગયું કારણ કે ભારતના ધાર્મિક લોકોને એવું લાગતું ન હતું કે તેઓએ કંઈ કરવાનું છે. ધર્મને રાજકારણ સાથે કોઈ લેવાદેવા ન હતી. ધાર્મિક માણસ વિચારતો કે ‹કોઈ નિર્દોષ હોય તો આપણને શું નુકસાન?› રાજા ગમે તે હોય, આપણને શું જરૂર છે? સત્તામાં કોણ હોય, આપણે શું વિચારવાનું છે?

આપણે હજારો વર્ષોથી ધર્મને રાજકારણમાંથી તટસ્થ બનાવ્યો છે. ભારતીય રાજનીતિએ માત્ર આનો બદલો લીધો છે. તેમણે રાજકારણને

બિનસાંપ્રદાયિક બનાવી આપ્યું છે. હજારો વર્ષોથી ભારતનો ધર્મ રાજકીય રીતે તટસ્થ હતો, તેનું એક જ પરિણામ હતું. અને અંતિમ પરિણામ એ આવ્યું કે ભારતીય રાજકારણ હવે બિનસાંપ્રદાયિક છે. હજારો વર્ષો સુધી ધાર્મિક માણસ કહેતો રહ્યો કે અમારે રાજકારણ સાથે કોઈ લેવાદેવા નથી અને બસો વર્ષ પહેલાં રાજકારણે તેની સામે બદલો લીધો અને કહ્યું- અમારે ધર્મ સાથે કોઈ લેવાદેવા નથી. પરંતુ કોઈપણ રાજનીતિ બિનસાંપ્રદાયિક કેવી રીતે હોઈ શકે? રાજકારણ માટે બિનસાંપ્રદાયિક હોવાનો અર્થ શું હોઈ શકે? એનો એક જ અર્થ થઈ શકે કે જીવનમાં જે કંઈ મહત્ત્વનું છે, ગમે તે શ્રેષ્ઠ છે, રાજકારણનો કોઈ ઉપયોગ નથી. માણસને ઊંચે ચઢવા માટે ગમે તેટલી શક્યતાઓ હોય, રાજકારણ તેમાં કોઈ સક્રિય ભાગ ભજવવા માંગતું નથી.

ધર્મથી સ્વતંત્ર હોવું એટલે સત્યથી સ્વતંત્ર હોવું, પ્રેમથી સ્વતંત્ર હોવું, જીવનના ગહન જ્ઞાનથી સ્વતંત્ર હોવું. કોઈ પણ રાજનીતિ જો ધર્મથી સ્વતંત્ર હોય, તો તે માનવ શરીરથી વધુ ઊંડે સુધી પ્રવેશી શકતી નથી અને જે સમાજ માત્ર શરીરની આસપાસ જ રહેવા લાગે છે, તે સમાજના જીવનમાં એવી જ દુર્ગંધ પેદા થાય છે જે રીતે મૃતદેહમાં જન્મે છે. અહીં આઝાદી પછીના વીસ વર્ષમાં ભારતનું આખું જીવન દુર્ગંધ, કુરૂપતા, અપરાધ, દુ:ખ અને પીડાથી ભરેલું હતું. કદાચ માનવજાતના ઈતિહાસમાં કોઈ દેશ આટલો આઝાદ અને અધોગતિ પામ્યો નથી. આ અકસ્માત કેવી રીતે થઈ શકે? આ અકસ્માત થઈ શકે છે કારણ કે જીવનને ઉન્નત બનાવતા તમામ સિદ્ધાંતોનું સંયુક્ત નામ ધર્મ છે. અને આપણા દેશનું રાજકારણ ધર્મ પ્રત્યે તટસ્થ છે! તેને માટે ધર્મનો કોઈ ઉપયોગ નથી!

પરંતુ રાજકારણીઓને દોષ આપવો ખોટું હશે. જો આપણે જુના ઈતિહાસ પર નજર કરીએ તો જણાશે કે ભારતની ધાર્મિક પ્રજાએ પણ રાજકારણ સાથે એટલું જ ખોટું વર્તન કર્યું છે. આજ સુધી તેઓ કહેતા હતા કે ધર્મ રાજનીતિથી સ્વતંત્ર છે. રાજ્ય ગુલામ હોવું જોઈએ કે આઝાદ, દેશ દુષ્ટ લોકોના હાથમાં જાય કે ભલભલાના હાથમાં જાય, કોણ શાસન કરે અને કેવી રીતે રાજ કરે, ધર્મપુરુષને આમાં કોઈ રસ નહોતો. દેશ હજાર વર્ષ સુધી ગુલામ હતો અને ભારતના સંતો અને તપસ્વીઓએ આ ગુલામીને જડમૂળથી ઉખેડી નાખવાનો સહેજ પણ પ્રયાસ કર્યો ન હતો. એક હજાર વર્ષના ગુલામીના ઈતિહાસમાં ભારતના સંતે એક પણ વાર એવો અવાજ ઉઠાવ્યો નથી કે આ દેશ આઝાદ થવો જોઈએ, કારણ કે તેઓ કહેતા હતા કે

રાજકારણનો અમારો શો ઉપયોગ?

આશ્ચર્યની વાત એ છે કે સારા લોકોને ગુલામી ખરાબ ન લાગી. નવાઈની વાત એ છે કે દુશ્મન દેશની છાતી પર રાખ્યો, દુશ્મન દેશનું લોહી પીતો રહ્યો અને દેશના ઋષિ-મુનિઓ સ્વર્ગ અને પરલોકની ચર્ચા કરતા રહ્યા. મંદિરોમાં બેસીને તે વિચારતો રહ્યો કે વાદ્ય કે સામગ્રી મહત્વની છે. તેઓ વિચારતા રહ્યા કે કેટલા નરક છે, સાત કે આઠ, દેવોના કેટલા સ્વરૂપ છે, સંપૂર્ણ ભગવાનનું સ્વરૂપ શું છે અને દેશ ગુલામ થતો રહ્યો અને અધોગતિ પામતો રહ્યો.

ભારત ગુલામ રહ્યું કારણ કે ભારતના ધાર્મિક લોકોને એવું લાગ્યું ન હતું કે તેઓએ કંઈ કરવાનું છે. ધર્મને રાજકારણ સાથે કોઈ લેવાદેવા ન હતી. એક હજાર વર્ષ સુધી ભારતના ઋષિમુનિઓ અને તપસ્વીઓ અને ધાર્મિક લોકોએ ભારતનું ભાગ્ય બદલવા માટે કંઈ કર્યું નથી. એ સ્વાભાવિક હતું કે ધર્મ રાજકારણથી આટલો તટસ્થ રહ્યો છે ત્યારે દેશમાં રાજકારણ સત્તા પર આવ્યું ત્યારે કહ્યું કે અમારે ધર્મ સાથે શું લેવાદેવા છે, અમારે ધર્મ સાથે કોઈ લેવાદેવા નથી. આ બદલાઈ ગયું. પણ ખોટા માટે બદલો લેવો ક્યારેય યોગ્ય નથી હોતો, બદલો લેવો એ પણ ખોટું છે. ખોટી બાબતોનો બદલો લેનારા પણ ખોટા છે.

હવે ફરી એ વિચારણાનો વિષય બન્યો છે કે આપણે આપણી માનસિક સ્થિતિને નવેસરથી તોલવી જોઈએ અને વિચારવું જોઈએ કે રાજકારણ અને ધર્મને આટલા દૂર રાખવાથી શું ફાયદો થશે? શું તે વાજબી છે, શું તે મૂલ્યવાન છે? રાજકારણીઓ માટે ધર્મને રાજકારણથી દૂર રાખવાનું અનુકૂળ હતું. કારણ કે રાજકારણી સામે ધર્મના પ્રતીકો ઊભા થતાં જ રાજકારણી માટે નીચે પડવાનું ઓછું થઈ જાય છે.

ધર્મ એ ઊંચે ચઢવાનો પડકાર છે, ધર્મ એ ઊંચે ચઢતા રહેવાની હાકલ છે, ધર્મ એ માણસને ઉંચા અને ઉંચા શિખરો સર કરવાની હાકલ છે.

રાજકારણી એ નથી ઈચ્છતો કે રાજકારણ અને ધર્મ વચ્ચે કોઈ સંબંધ હોય, કારણ કે ધર્મ અને રાજકારણ વચ્ચે સંબંધ હોય કે તરત જ રાજકારણીએ પોતાની અંદર આમૂલ પરિવર્તન કરવાની જરૂર છે. રાજકારણ સાથે ધર્મનો સંબંધ થતાં જ રાજકારણીએ પોતાની જાતને બદલવી પડશે. રાજકારણી ધર્મને રાજકારણ સાથે કોઈ લેવાદેવા નથી ઈચ્છતો. કારણ કે જ્યારે ધર્મ સાથે કોઈ સંબંધ નથી હોતો ત્યારે તેનો ઉપયોગ ષડયંત્ર રચવા માટે થાય છે, તેને સૌથી નીચી સિસ્ટમ આપવામાં આવે છે, તેનો ઉપયોગ ચોરી અને અપ્રમાણિકતા અને અસત્ય માટે થાય છે.

આમ કરવાની સંપૂર્ણ સુવિધા ઉપલબ્ધ બને છે. તેના માટે ઉભા થવા માટે કોઈ કોલ બાકી નથી.

રાજનીતિ ધર્મથી અલગ થઈ જાય છે અને માત્ર મુત્સદ્દીગીરી જ રહી જાય છે, રાજકારણ બાકી નથી. તે રાજકારણ નથી, માત્ર મુત્સદ્દીગીરી છે. અસત્ય અને સત્ય વચ્ચે કોઈ ફરક નથી. હિટલરે તેના રૂમની ઉપર લખ્યું હતું કે ‹સત્ય સિવાય બીજો કોઈ નિયમ નથી.› ‹ટ્રુથ ઈઝ ધ ઓન્લી લૉ›, તેણે આ વાત પોતાના રૂમની બહાર લખી હતી અને પૃથ્વી પર હિટલરથી વધુ જૂઠું બોલનાર કોઈ વ્યક્તિ નથી. તેના ઘરે એક મિત્ર રહેતો હતો. તેણે હિટલરને પૂછ્યું કે તમે લખ્યું છે કે ટ્રુથ જ કાયદો છે, સત્ય જ કાયદો છે, પણ તમે? હિટલરે કહ્યું કે હા, જે કોઈ જૂઠું બોલવા માંગે છે તેણે જાહેર કરવું પડશે કે સત્ય એ એકમાત્ર નિયમ છે. જો કોઈને યોગ્ય રીતે જૂઠું બોલવું હોય તો સાચું બોલવું જરૂરી છે. હિટલરે કહ્યું, આ સાદી રાજનીતિ છે.

જો રાજકારણ જીવનના સર્વોચ્ચ સિદ્ધાંતો તરફ આકર્ષિત ન થાય તો તે નિમ્નતમ સિદ્ધાંતોના આધારે જીવશે એમાં કોઈ શંકા નથી. એક વાતનું ધ્યાન રાખવું જરૂરી છે કે જેને ઉપરથી કોલ નથી આવતો તેને નીચેથી કોલ આવવા લાગે છે. જીવનમાં બે પ્રકારના કોલ આવે છે - એક માણસ પરથી આવતો કોલ અને બીજો પર્વતોમાંથી આવતો. માણસે પ્રાણીઓ સાથે યાત્રા પૂરી કરી છે અને માણસે ભગવાનના દ્વારે જવાની યાત્રા કરવી છે. ઉપરથી આવતો કોલ તેને ભગવાન પાસે લઈ જાય છે. નીચેથી આવતો કોલ તેની અંદર છુપાયેલા પ્રાણીઓનો કોલ છે. જે રાજકારણ કહે છે કે આપણને ધર્મ સાથે કોઈ લેવાદેવા નથી, તે માણસની નિમ્ન વૃત્તિની ખુલ્લી રમત બની જાય છે.

એક રાજકારણી હંમેશા ધર્મથી દૂર રહેવા માંગે છે, કારણ કે તે ધર્મની સામે આત્મભાન અનુભવવા લાગે છે. એક નીચ માણસને તેના ઘરમાં અરીસો જોઈતો નથી. બદસૂરત વ્યક્તિને દરેક દરવાજે મોટા મોટા અરીસાઓ લગાવવામાં આવે તે ગમતું નથી, કારણ કે કદરૂપી વ્યક્તિ માટે અરીસો જોવો તે ખૂબ જ પીડાદાયક બની જાય છે, તેની કુરૂપતા તેને વારંવાર ત્રાસ આપવા લાગે છે. ધર્મ એ રાજકારણી સામે દીવા વગરનો દીવો છે. ધર્મની સામે ઊભો રહીને તે વારંવાર વિચારવા લાગે છે કે હું શું છું? હું કેવો છું? હું કેવી રીતે ખોટો છું? રાજકારણી ધર્મમાંથી મુક્તિ મેળવવા માંગે છે

હા, રાજકારણી ધર્મ સાથે જોડાવા માંગતો નથી, કારણ કે ધર્મ એક અરીસો બની જાય છે અને રાજકારણીના તમામ વિકારો અને કેન્સર તેમાં દેખાવા લાગે છે. તેથી જ રાજકારણીઓ ખુશ છે કે અમારો

ધર્મ સાથે કોઈ સંબંધ નથી. અને જેઓ નબળા ધાર્મિક છે તેઓને પણ રાજકારણ સાથે કોઈ લેવાદેવા નથી, કારણ કે જે નબળા ધાર્મિક છે તેઓ હંમેશા એવી વસ્તુઓથી ડરે છે જ્યાં તેમની નબળાઈ તૂટી જવાનો ભય હોય છે. જો કોઈ નબળા બ્રહ્મચારી હોય, તો તે હંમેશા સ્ત્રીઓથી ડરે છે. જો કોઈ વ્યક્તિ નબળા અપરિગ્રહ ધરાવે છે, તો તે સંપત્તિથી ડરશે કારણ કે તેને નજીકમાં કોઈ સંપત્તિ દેખાતી નથી.

જો કોઈ એવી વ્યક્તિ હોય કે જેનો ત્યાગ નબળો હોય અને તેણે બળથી ત્યાગ કર્યો હોય, તો તેને હંમેશા ડર રહેશે કે તેના હાથમાં સત્તા આવી જશે. નબળા માણસ હંમેશા એવા પ્રસંગથી ડરે છે જેમાં તેની નબળાઈ તૂટી શકે છે. એક માણસ જેણે ઉપવાસ કર્યો છે, અને બળજબરીથી ઉપવાસ કર્યો છે, તે રેસ્ટોરન્ટ પાસેથી પસાર થતાં ખૂબ જ ડરશે. પરંતુ જેનો આત્મા ઉપવાસ કરવા આવ્યો હોય તેને રેસ્ટોરન્ટમાં બેસવામાં કોઈ ડર નથી, ડરનું કોઈ કારણ નથી, પરંતુ જેણે બળજબરીપૂર્વક ઉપવાસ કર્યો છે અને તેના આખા આત્મામાં એક જ આહ્વાન છે કે ઉપવાસ કરનાર માટે ભોજન છે. વ્યક્તિ આપણે આખો દિવસ મંદિરોમાં વિતાવીએ છીએ, જેથી આપણે રેસ્ટોરાંથી એટલા દૂર રહીએ છીએ કે આપણે ખાવાનું પણ વિચારતા નથી, આપણે આવી જગ્યાએ બેસીને સમય પસાર કરવો પડે છે. કારણ કે અંદર મને ખોરાક યાદ આવે છે. જે વ્યક્તિને ભોજનનો ડર હોય અને ઉપવાસ કર્યો હોય તે નિર્બળ છે. અને આ નબળાઈને કારણે તે ભયભીત થશે અને ખોરાકથી ડરશે.

નબળા ધાર્મિક લોકો હંમેશા રાજનીતિથી ડરે છે, કારણ કે તેઓ જાણે છે કે સત્તા તેમના હાથમાં આવતાની સાથે જ તેમની તમામ ધાર્મિકતા વહી જશે અને તેમની અંદર છુપાયેલો ખરાબ માણસ જાહેર થઈ જશે. ખરાબ માણસ શક્તિમાં પ્રગટ થાય છે, નબળાઈમાં ક્યારેય નહીં. ખરાબ વ્યક્તિ દેખાવા માટે તાકાતની જરૂર પડે છે. એક ગરીબ માણસ છે, તે કહી શકે કે તેને મહેલોનો કોઈ ઉપયોગ નથી, તે મહેલોને લાત મારી શકે છે, કારણ કે તેની પાસે કોઈ મહેલો નથી. પણ જો આવતી કાલે તેને મહેલ મેળવવાની સગવડ મળી જશે તો હું મહેલોને લાત મારીશ એમ કહેવું બહુ મુશ્કેલ થઈ જશે. પછી તમને ખ્યાલ આવશે કે તે ખૂબ મુશ્કેલ છે. જો પૈસા નજીક ન હોય તો પૈસાનો દુરુપયોગ થઈ શકે છે, પરંતુ જ્યારે તમને પૈસાનો ઉપયોગ કરવાનું મન થાય છે જ્યારે તે નજીકમાં હોય, ત્યારે તેનો દુરુપયોગ કરવો મુશ્કેલ છે. એવા લોકોના ધર્મમાં થોડી તાકાત હતી કે જેમની પાસે પૈસા હતા અને તેઓ તેને છોડી શકતા હતા. મહાવીરના ધર્મમાં થોડી તાકાત આવી હશે. રાજ્ય હાથમાં હતું, આપણે તેને લાત મારી શકીએ. તેમનામાં થોડી તાકાત હોય શકે છે, પરંતુ

જેમના હાથમાં રાજ્ય નથી તેઓ ખૂબ ડરે છે. પછી જો રાજ્ય તેમના હાથમાં આવશે તો તેમની અંદર છુપાયેલ ખરાબ વ્યક્તિ ફરીથી દેખાવા લાગશે. તેની પાસે તાકાત નથી, તેના માટે તેને દબાવી દેવામાં આવે છે. તેના હાથમાં સત્તા મળશે તો તે દેખાશે. તેથી નબળા ધાર્મિક વ્યક્તિ પણ ડરતા હોય છે કે તે સત્તાથી જેટલું દૂર રહે તેટલું સારું.

આપણે જોઈ ચૂક્યા છીએ કે ગાંધીજી પાસે અનુયાયીઓનો સારો સમૂહ હતો. તેઓ સારા માણસ હતા, ભારતે ક્યારેય કલ્પના પણ નહોતી કરી કે આ બધા લોકો ખરાબ સાબિત થશે. જ્યાં સુધી તેમના હાથમાં સત્તા ન હતી ત્યાં સુધી તેઓ જેલમાં જતા હતા અને ગામડાઓમાં ક્રાંતિના નારા લગાવતા હતા, ત્યાં સુધી તેમની અંદર સત્ય અને સારા માણસ દેખાતા હતા અને કોઈ એમ ન કહી શકે કે આ લોકો ખરાબ છે, તે લોકો સરસ લાગતા હતા. પણ આ લોકો નબળા સારા માણસો હતા. જલદી સત્તા આવી, દેવતા અદૃશ્ય થયા અને અનિષ્ટો દેખાયા. ભારતનો વીસ વર્ષનો ઈતિહાસ બતાવે છે કે જ્યારે નબળા અને સારા માણસને સત્તા મળે છે ત્યારે તેની નબળાઈ છતી થઈ જાય છે અને તેની ભલાઈ ધોવાઈ જાય છે. સત્તા મેળવતા જ અને દિલ્હીના સિંહાસન પર ચડતા જ તે બીજા માણસોની જેમ એક સામાન્ય માણસ સાબિત થયો. તેના બદલે એક વાત આશ્ચર્યજનક હતી કે તે એક સામાન્ય માણસ કરતા પણ ખરાબ સાબિત થયો. અને તેનું એકમાત્ર કારણ એ હતું કે અંદર કોઈ સત્ય ન હતું. સત્ય ઢાંકી દેવામાં આવ્યું હતું. સત્ય ઉપરથી શીખ્યા, સત્ય ઉપરથી ઢંકાઈ ગયું. અંદર! ... અંદર એક સામાન્ય માણસ હતો - નબળા, ઇચ્છાઓથી ભરેલો. તે બહારથી સારો માણસ બન્યો, પણ અંદરથી તે કાળો માણસ હતો. તેઓએ ઉપર સફેદ ખાદીના વસ્ત્રો પહેર્યા હતા. તે સફેદ કપડાંએ કાળા માણસને અંદર છુપાવવામાં મદદ કરી, પરંતુ તેને ભૂંસી શક્યા નહીં. કોઈ કપડું માણસને અંદરથી ભૂંસી શકતું નથી. જો અંદરનો માણસ અદૃશ્ય થઈ જાય તો કાળા કપડાં પણ અંદરનો પ્રકાશ પ્રગટ કરવા લાગે છે. અને જો અંદર કાળો માણસ બેઠો હોય, તો સફેદ કપડા પણ અડચણ ઉભી કરવામાં અસમર્થ હોય છે, પરંતુ તેની ઉપર, છેતરપિંડી છે.

એવું ઉદભવે છે કે સફેદ કપડાં પહેરેલો માણસ સારો માણસ હોવો જોઈએ, પરંતુ જ્યાં સુધી તેના હાથમાં સત્તા ન હોય ત્યાં સુધી આ ભ્રમ જાળવી શકાય છે. તેના હાથમાં સત્તા આવતાં જ તેના સફેદ વસ્ત્રો એટલા મજબૂત નથી કે તે તેની અંદરના વાસ્તવિક માણસને રોકી શકે.

વિશ્વના તમામ નબળા ધાર્મિક લોકો હંમેશા ડરતા રહ્યા છે કે સત્તા તેમના હાથમાં આવી જાય. એટલા માટે તેમણે કહ્યું છે કે તેમને રાજકારણ

સાથે કોઈ લેવાદેવા નથી. ધર્મ અલગ વસ્તુ છે, રાજનીતિ અલગ વસ્તુ છે. રાજકારણીઓ ધર્મથી ડરે છે, ધાર્મિક લોકો રાજકારણથી ડરે છે. અને તેથી ધર્મ અને રાજનીતિ વચ્ચે ખાડી ઊભી થઈ છે. હું તમને કહેવા માંગુ છું કે જ્યાં સુધી આ અંતર છે ત્યાં સુધી સારી દુનિયાનું નિર્માણ થઈ શકે નહીં? શા માટે? સારી દુનિયા બે કારણોસર બનાવી શકાતી નથી. એક: ધર્મના આદર્શોથી પ્રભાવિત ન હોય એવું રાજકારણ માણસને ક્યાં લઈ જશે? તે તેને ક્યાં લઈ શકે છે? તે કઈ યાત્રામાં મનુષ્યોને પ્રવેશવા દેશે? મંજિલ શું છે? તેની પાસે કોઈ મંઝિલ નથી. પછી રાજકારણી એ પાગલ માણસ જેવો છે, જે ખૂબ દોડે છે પણ જો તમે તેને પૂછો કે તે ક્યાં જાય છે, તો તે કહી શકતો નથી કે તે ક્યાં જાય છે. તે જાણતો નથી, તે કહેશે કે મને રોકશો નહીં. હું ઉતાવળમાં છું, મને જવા દો. અને જો આપણે તેને પૂછીએ કે તું ક્યાં જાય છે, તો તે કહેશે કે મારી પાસે આ માટે સમય નથી. મને ક્યાં જવું તે પણ ખબર નથી, પણ મને રોકશો નહીં. હું ઉતાવળમાં છું, મારે ક્યાંક જવું છે.

ધર્મ વિનાનું રાજકારણ ચાલતું જોવા મળશે પણ ક્યાં? તેણે ક્યાં જવું છે? કારણ કે જીવનની મંઝિલ ધર્મ છે. જીવનમાં ગમે તે મુકામ હોય, તેનું નામ ધર્મ. જીવન જ્યાં પહોંચવું જોઈએ તેનું નામ ધર્મ છે. આવી રાજનીતિ, કોલુંના બળદની જેમ, તે જ જગ્યાએ પાછી આવશે જ્યાંથી તે શરૂ થયું હતું, કારણ કે જે વ્યક્તિને ખબર નથી કે તે ક્યાં જઈ રહ્યો છે, તેની આખી યાત્રા એક વર્તુળમાં થાય છે. તે એક વર્તુળમાં ફરે છે અને પાછો આવે છે. ના, ધર્મની ગેરહાજરીમાં રાજકારણ ક્યાંય દોરી ન શકે.

અને તમને એ પણ જણાવી દઈએ કે રાજનીતિ વિના ધર્મ પણ જીવન બદલવામાં સાવ નપુંસક સાબિત થાય છે. કારણ કે જો જીવન બદલવું હોય તો શિક્ષણ બદલવું પડશે, જો જીવન બદલવું હશે તો જીવનના તમામ નિયમો બદલવા પડશે. શિક્ષણ ખોટું હોવું જોઈએ, અર્થવ્યવસ્થા ખોટી હોવી જોઈએ, જીવનના તમામ નિયમો ખોટા હોવા જોઈએ અને ધર્મે એવી બૂમો પાડતા રહેવું જોઈએ.

જે લોકો સારા હોય તે રુદનના અંધકારમાં ખોવાઈ જશે અને માણસ બની શકશે નહીં. જે સમાજમાં દુષ્ટતાનો બદલો મળે છે અને ભલાઈને પાપની જેમ ચૂકવવી પડે છે, ધર્મ ભલે ગમે તેટલી બૂમો પાડે કે લોકો સારા હોવા જોઈએ, લોકો સારા બની શકશે નહીં.

ધર્મ જીવનની વ્યવસ્થા ત્યારે જ બદલી શકે છે જ્યારે તે રાજકારણથી ડરતો ન હોય, ભાગી ન જાય, પલાયનવાદી ન હોય, આપણે ભાગી જઈશું એવું ન કહે. જે દિવસે ધર્મ એવા સંતો પેદા કરશે જે સૈનિક પણ

બની શકે, જે દિવસે ધર્મ એવા સંતો પેદા કરશે જે સત્તા પર પગ મૂક્યા વિના પણ જીવન જીવી શકે, તો જ આપણે જીવન બદલી શકીશું, નહીં તો નહીં.

ગાંધીજીએ હિંમત દાખવી હતી અને આ સંદર્ભમાં વિશ્વમાં ગાંધીનું નામ વિશેષ આદર સાથે લેવું જોઈએ. ગાંધી કદાચ વિશ્વના પ્રથમ ધાર્મિક માણસ હતા જેમણે રાજકારણથી ભાગવામાં નબળાઈ દર્શાવી ન હતી. તે હિંમત સાથે ઉભા થયા અને સંઘર્ષ કર્યો. ભારતના સાધુ-સંતોને આ વાતનું ખૂબ જ ખરાબ લાગ્યું. ભારતના સાધુ-સંતોએ વિચાર્યું કે તે કેવા મહાત્મા છે, કેવા ધાર્મિક માણસ છે. ના, રાજકારણની વચ્ચોવચ ઊભો રહેલો માણસ ધાર્મિક માણસ ન હોઈ શકે. આ કેવો ધાર્મિક માણસ છે? આપણે કોઈને ધાર્મિક કહીએ છીએ, જે રાજકારણથી ભાગી જાય છે, જે રાજકારણ છોડી દે છે. આ મહાત્મા ગાંધી કેવા ધાર્મિક માણસ છે! ગાંધીજી એક ધાર્મિક માણસ હતા એ વાત ભારતના લોકો સ્વીકારી શક્યા તે ખૂબ જ મુશ્કેલ હતું.

ગાંધીજીએ ખૂબ હિંમત દાખવી. પરંતુ તે હિંમત પણ અધૂરી રહી અને ગાંધી મરતા પહેલા સંપૂર્ણ હિંમત એકત્ર કરી શક્યા નહિ અને અંતે તેમની નબળાઈ દેખાઈ. ભારતને રાજ્ય મળ્યું ત્યારે હિન્દુસ્તાનની એ જૂની આદત ગાંધીજીના મનમાં ફરી વળગી અને ગાંધીએ પોતે સત્તા ન લઈને અને બીજાના હાથમાં સત્તા આપીને ભારતનું જે નુકસાન કર્યું છે, તે હજારો વર્ષો સુધી પૂર્વવત્ થઈ શકે તેમ નથી. જો ગાંધીને ભારતની સત્તા મળી હોત અને ગાંધી પોતે સત્તા પર આવ્યા હોત તો ભારતનું ભાગ્ય અલગ હોત. અધોગતિની આ વીસ વર્ષની લાંબી કહાણી જે આપણે જોઈ, આ નરકની સફર જે આપણે જોઈ, આ માણસનું પાત્ર દિવસેને દિવસે નીચે ઉતરતું, શક્ય હતું કે ગાંધી પોતે સત્તામાં હોત તો આવું ન થયું હોત, પણ છેલ્લી ક્ષણોમાં ગાંધી હિંમત હારી ગયા. અને જૂના ભારતના મહાત્મા અને ભારતની જૂની આદત, જે હંમેશા રાજકારણને ગાળો આપનાર મન છે, તે અંતે અસરકારક બન્યું. આખરે ગાંધીના હાથમાં સત્તા આવી ત્યારે તેઓ ડગમગ્યા. તેની સામે બે જ વિકલ્પ હતા, કાં તો તેણે ભારતની નજરમાં કાયમ ધાર્મિક ન રહેવાની હિંમત કરવી પડશે, કાં તો તેણે ધાર્મિક હોવાનો વિચાર છોડી દેવો પડશે. એવો ડર હતો કે ભારત તેમને ફરીથી મહાત્મા નથી એવું ન કહી દે. અને જ્યારે ગાંધીજીએ સત્તા છોડી ત્યારે ભારતની જનતા ખૂબ જ ખુશ હતી અને આપણે બધાએ કહ્યું કે આ જ સાચા મહાત્મા છે, આટલી મોટી શક્તિ આવી અને સિંહાસન પર લાત મારી, પણ આપણને ખબર ન હતી કે આ ગાંધીજીની આપણા ભાગ્ય માટે એક કિલિંગ લાત સાબિત થઈ!

આપણે એવા કમનસીબ લોકો છીએ કે આપણે સતત દુર્ભાગ્યની પ્રશંસા કરીએ છીએ. જો ભારતમાં થોડી પણ સમજ હોત તો આખા ભારતમાં ઉપવાસ અને ભૂખ હડતાળ થવી જોઈતી હતી, ગાંધી વિરુદ્ધ અને આખા ભારતે ભાર મૂકવો જોઈતો હતો કે સત્તા સારા માણસના હાથમાં જાય અને પછી તે સત્તા પર આવે. અમે બીજા કોઈને સત્તા આપવા માંગતા નથી. પરંતુ ભારતની જૂની આદતને કારણે ભારત આવું કરી શક્યું નથી. તેને ખૂબ સારું લાગ્યું કે તે મહાત્મા છે, તે સત્તામાં કેવી રીતે આવી શકે. તેના બદલે આપણે ખુશ થયા અને આપણે ગાંધીજીના વખાણ કર્યા.

આખા દેશે ગાંધીજી પર દબાણ લાવવાનું હતું કે તમે મહાત્માવાદ છોડી દો. ભારતને એક સારા માણસના હાથમાં આવવાની તક મળી છે, અમે તેને છોડવા માંગતા નથી. જો તમારે નરકમાં જવું પડે અને તમારી મુક્તિ ગુમાવવી પડે તો પણ તેની ચિંતા કરશો નહીં. આ ગરીબ દેશ માટે વધુ બલિદાન આપો. વધુ એક વાર જન્મ લો અને તપસ્યા કરો. પરંતુ ભારતમાંથી એક પણ વ્યક્તિએ આવું કહ્યું નહીં, કારણ કે ભારતની મૂર્ખતા ખૂબ જૂની છે, ખૂબ પ્રાચીન છે.

આપણા મનમાં આ વિચાર છે કે સારા માણસે રાજકારણમાં ન જવું જોઈએ. આપણે બહુ વિચિત્ર લોકો છીએ. આપણે ખૂબ જ વિરોધાભાસી, અસંગત લોકો છીએ. એક તરફ આપણે કહીએ છીએ કે રાજકારણ ખરાબ થઈ રહ્યું છે, બીજી તરફ આપણે ગાળો આપીએ છીએ કે રાજકારણ ગુંડાગીરી બની રહ્યું છે અને બીજી તરફ કહીએ છીએ કે સારા માણસે રાજકારણમાં ભાગ લેવો જોઈએ નહીં. શું આ બે બાબતો વચ્ચે કોઈ સુસંગતતા છે? જ્યારે તમે કહો છો કે સારા લોકોએ રાજકારણમાં ભાગ ન લેવો જોઈએ તો પછી તમે શા માટે દોષ આપો છો કે રાજકારણમાં ખરાબ લોકો આવ્યા છે. આ બે વસ્તુઓ વચ્ચે શું તફાવત છે?

હા, પ્રાસ શું છે, સાતત્ય શું છે? કાં તો સ્વીકારો કે સારા માણસે રાજકારણમાં ભાગ ન લેવો જોઈએ, પછી રાજકારણમાં ખરાબ લોકો હોય છે એવી ટીકા અને ટીપ્પણી કરવાનું બંધ કરો. ખરાબ લોકો સિવાય ત્યાં કોઈ કેવી રીતે હોઈ શકે, કારણ કે તમે સારા લોકોને રાજકારણમાં જવા દેવા માંગતા નથી.

પણ આપણે વિચિત્ર લોકો છીએ, એક તરફ કહીશું કે સારા માણસે રાજકારણમાં ન જવું જોઈએ અને સારો માણસ રાજકારણમાં જવા માંડે ત્યારે લોકો કહેશે કે અરે! આ માણસ પણ ડૂબી ગયો, આ માણસ પણ ગયો અને ભ્રષ્ટ થયો. અને બીજી બાજુ આપણે કહીશું કે રાજકારણ ખરાબ લોકોના હાથમાં જાય છે - તે કોના હાથમાં જશે? શું તમે ઈચ્છો

છો કે રાજકારણ કોઈના હાથમાં ન જાય? સારા માણસો નહીં હોય તો રાજકારણ ખરાબ માણસોના હાથમાં આવી જશે. અને હું તમને કહું છું કે રાજકારણ ખરાબ હાથમાં જાય તેની જવાબદારી સારા માણસ પર છે, કારણ કે સારો માણસ જગા છોડીને ખરાબ માણસ માટે જગ્યા બનાવે છે.

ગાંધીજીએ સૌથી મોટી વાત તો એ કરી કે તેમણે દેશના રાજકારણમાં ભાગ લીધો, પણ આ પ્રયાસ એવો હતો કે જાણે કોઈ માણસ ડૂબી રહ્યો હોય અને હું તેને બચાવવા જાઉં અને તેને કિનારે લાવું અને તેને કિનારે મૂકીને બહાર નીકળું, અને તેણે કિનારે ડૂબવું જોઈએ... તે મધ્યમાં ડૂબી રહ્યો હતો! ગાંધીએ ભારતને બચાવવાની કોશિશ કરી, પરંતુ અંતિમ ક્ષણોમાં ગાંધી નિષ્ફળ ગયા અને તેમણે અન્યને સત્તા આપીને ભારતને નુકસાન પહોંચાડ્યું.

જે લોકો સત્તામાં આવ્યા તે સૌથી મોટું કામ ધર્મ અને રાજકારણ વચ્ચેના સંબંધોને તોડવાનું હતું. નેહરુના મનમાં ધર્મ માટે કોઈ સ્થાન નહોતું, નેહરુને ધર્મ પ્રત્યે કોઈ માન નહોતું. નેહરુ એક શુદ્ધ રાજકીય વ્યક્તિ હતા, નેહરુ અને ગાંધી જેવા વિરોધીઓ શોધવા મુશ્કેલ છે જેમને એક જ સમયે શિષ્ય અને ગુરુ માનવામાં આવતા હતા. ગાંધી સાવ અલગ પ્રકારના માણસ છે, નેહરુ સાવ અલગ પ્રકારના માણસ છે. ગાંધી માટે, અહિંસા એ જીવન અને મૃત્યુનો પ્રશ્ન છે, નેહરુ માટે, અહિંસા એક નીતિ - એક યુક્તિ, એક રાજકીય યુક્તિથી વધુ નથી. ગાંધી ધાર્મિક માણસ છે, નેહરુ શુદ્ધ રાજકીય માણસ છે. જો સત્તા કોઈ ધાર્મિક વ્યક્તિના હાથમાં ગઈ હોત તો દેશનું ભાગ્ય બદલાઈ ગયું હોત, આપણે અલગ રીતે વિચાર્યું હોત. પણ એ સત્તા ધાર્મિક માણસના હાથમાં ન જવી જોઈએ.

શક્ય છે, કારણ કે ધાર્મિક માણસ હંમેશા નબળા સાબિત થાય છે અને તેણે કહ્યું કે મારી પાસે શક્તિ કેવી રીતે હોઈ શકે. ના, હું સત્તા લઈ શકતો નથી, હું સિંહાસનને લાત મારીશ!

ગાદી એક રાજકારણી અને પછી ગાંધીજીના મહાન શિષ્ય વિનોબાના હાથમાં ગઈ. એક તરફ ગાંધીજીએ રાજકારણથી દૂર રહીને બીજાને સત્તા સોંપી, બીજી તરફ ભારતમાં વિનોબાએ એ કામ કર્યું કે સારા માણસે રાજકારણમાં ન જવું જોઈએ, તેણે ભૂદાન, સર્વોદયનું કામ કર્યું. બાકીના સારા માણસો જે રાજકારણમાં હતા તેઓને વિનોબાએ ખરાબ રીતે ડૂબાડી દીધા હતા, તેમણે જયપ્રકાશ જેવા સારા માણસને ડૂબાડી દીધા હતા. પહેલા તો ભલા માણસ ગાંધીએ હિંમત હારી, પછી વિનોબાએ ભલા માણસને કહ્યું કે રાજકારણમાં ન જાઓ. તમારે ગામની સેવા કરવાની છે. આ કરવું પડશે, તે કરવું પડશે. તમારે રાજકારણમાં જવાની જરૂર

નથી. વિનોબાએ આવા સારા લોકોને રાજકારણમાં પ્રવેશતા અટકાવ્યા. હવે જો ભારતનું રાજકારણ ખરાબ લોકોના હાથમાં જાય તો જવાબદાર કોણ? હું ગાંધીને નંબર વન અને વિનોબાને નંબર ટુ જવાબદાર ગણું છું.

હું તમને કહું છું કે દર પાંચમા વર્ષે ભારતીય રાજકારણ ખરાબ હાથમાં જશે. શા માટે? કારણ કે જીવનનો નિયમ છે કે જો તમારે કોઈ ખરાબ વ્યક્તિને બળ દ્વારા દૂર કરવી હોય તો તમારે ખરાબ બનવું પડશે. આ વિના તમે તેને દૂર કરી શકતા નથી. જો તે હોંશિયાર હોય તો તમારે વધુ સ્માર્ટ બનવું જોઈએ; જો તે અપ્રમાણિક છે તો તમારે વધુ અપ્રમાણિક બનવું જોઈએ. જો તે તમને છરી વડે ધમકી આપે, તો તમારે પિસ્તોલ વડે ધમકીની જાણ કરવી જોઈએ. તેથી તમે તે વ્યક્તિને દૂર કરી શકો છો. છેલ્લા પંદર-વીસ વર્ષમાં દર પાંચ વર્ષે આ વૃદ્ધને હટાવી દેવામાં આવ્યો અને તેની જગ્યાએ જે લોકો આવ્યા તે તેના કરતા પણ ખરાબ હતા. અને તમારે માનવું જોઈએ કે ફક્ત તેમના કરતા ખરાબ લોકો જ તેમને દૂર કરી શકશે. શું ભારતમાં ત્રીસ વર્ષમાં ગુંડાઓનું શાસન નિશ્ચિત છે? ત્રીસ વર્ષમાં ભારતમાં ગુંડાઓ સિવાય કોઈ સત્તા હાંસલ કરી શકશે નહીં અને જો તમારે તેમને દૂર કરવા હોય તો તમારે પોતાને તેમના કરતા મોટા ગુંડા સાબિત કરવા પડશે, આ સિવાય બીજી કોઈ લાયકાત બાકી રહેશે નહીં.

આજે પણ સ્થિતિ એવી છે કે લોકો સરકારથી દૂર ગયા છે, તેઓ એટલા માટે દૂર ગયા છે કારણ કે તેમનાથી પણ ખરાબ લોકો ત્યાં આવી ગયા છે. અને જો આ લોકો આવતીકાલે તેમને દૂર કરી શકે છે તો તમે ખાતરી કરી શકો છો કે તેઓ છેલ્લા પાંચ વર્ષમાં તેમના કરતા વધુ ખરાબ શીખ્યા છે.

તેથી જ તે દૂર કરવામાં સક્ષમ હતા, અન્યથા તેને દૂર કરી શકાયું ન હતું. પરંતુ તે ખૂબ જ દુર્ભાગ્યપૂર્ણ છે કે દરરોજ દેશ સૌથી ખરાબના હાથમાં જાય છે. બીજો નિયમ હું તમને કહેવા માંગુ છું કે જો તમારે કોઈ ખરાબ માણસને દૂર કરવો હોય, તો તમારે તેના કરતા ખરાબ બનવું પડશે અને જો તમારે સારા માણસને દૂર કરવા હોય, તો તમારે તેના કરતા વધુ સારા માણસ સાબિત થવું પડશે. તમે તેને દૂર કરી શકો છો. આ બંને નિયમો એકસાથે કામ કરે છે. જો આપણે ભારતીય રાજકારણમાં સારા લોકોને સ્થાન આપ્યું હોત તો ત્રીસ વર્ષમાં ભારત શ્રેષ્ઠ લોકોના હાથમાં હોત. કારણ કે સારી વ્યક્તિને દૂર કરવા માટે આપણે જે વ્યક્તિને આગળ લાવવી પડે છે તે તેના કરતાં વધુ સારી વ્યક્તિ સાબિત થાય તો જ તેને દૂર કરી શકાય, નહીં તો આપણે તેને દૂર કરી શક્યા ન હોત. પણ સારા માણસે રાજકારણમાં ન જવું જોઈએ, ધાર્મિક માણસે રાજકારણમાં

ન જવું જોઈએ, તો રાજકારણ અધાર્મિક હાથમાં જશે, તો પછી તેઓ શા માટે પરેશાન છે, પછી તેઓ શા માટે પીડાય છે?

સારા માણસે માનવજાતને થોડું નુકસાન પહોંચાડ્યું છે, તેમાંથી એક એ છે કે સારા માણસ હંમેશા ખરાબ માણસ માટે જગ્યા બનાવે છે. તે હમેશા ખસી જાય છે અને કહે છે કે તમે આવો, કારણ કે હું સારો માણસ છું, હું ઝઘડતો નથી. સારો માણસ ભાગેડુ છે, સારો માણસ ભાગી જાય છે, તે ઊભા રહીને લડી શકતો નથી. શું કરવું? અત્યાર સુધી આપણી પાસે જે મૂલ્યો હતા, અત્યાર સુધી જે સિદ્ધાંતો હતા, તેની દ્રષ્ટિ બદલવી પડશે. અમારે કહેવું છે કે ધાર્મિક માણસની એક વિશેષતા એ છે કે તે દુષ્ટતાનો સામનો કરશે અને જ્યાં પણ અનિષ્ટ હશે ત્યાં તે લડાઈમાં ઊભો રહેશે અને ભાગશે નહીં. ધાર્મિક વ્યક્તિની એક વિશેષતા એ હોવી જોઈએ કે તેણે જીવનની શક્તિ ખરાબ વ્યક્તિના હાથમાં ન જવા દેવી જોઈએ. આપણે એ ઓળખવું પડશે કે સારા માણસનો એક ગુણ એ છે કે તે દુષ્ટતા સામે લડવા હંમેશા તૈયાર રહે છે - રાજકારણ, ધર્મ, સમાજ, જીવનના કોઈપણ પાસામાં, તે ખરાબ માણસને સ્થાન આપવા તૈયાર નહીં થાય.

આ સંદર્ભમાં, હું તમને એ પણ કહેવા માંગુ છું કે આપણા દેશની બહારના પશ્ચિમી દેશોની સામાજિક વ્યવસ્થા આપણા કરતાં ઘણી સારી હોઈ શકે છે, તેમની રાજ્ય વ્યવસ્થા આપણી સાથે ખૂબ સુસંગત હોઈ શકે છે, તેઓએ વધુ સમૃદ્ધિ, વધુ વ્યવસ્થા, વધુ આયોજન પ્રદાન કર્યું છે. જીવનમાં તેનું એકમાત્ર કારણ એ છે કે વિશ્વના અન્ય દેશોમાં સારા લોકો રાજકારણથી ડરતા નથી. તેથી વિશ્વના અન્ય દેશોના તે એક સારા માણસ છે, ફર્સ્ટ ક્લાસ છે અને રાજકારણમાં પહોંચે છે. આપણા દેશમાં પ્રથમ વર્ગનો માણસ જંગલમાં જાય છે, તપસ્યા કરવા લાગે છે અને રાજકારણમાંથી છટકી જાય છે. સારો માણસ જીવનનો ત્યાગ કરીને ભાગી જાય છે. એક સારો માણસ રામધૂન ગાય છે, રામાયણ વાંચે છે – આવાં બધાં કામો કરે છે, પણ સારો માણસ જીવનના સંઘર્ષમાંથી ખસી જાય છે. જ્યારે સારા માણસો જીવનના સંઘર્ષમાંથી પીછેહઠ કરે છે, ત્યારે જીવનને કોણ સારું બનાવશે, જીવન કોણ બદલશે?

ખરાબ માણસોના હાથમાં સત્તા અને સારા માણસોના હાથમાં ઉપદેશ હોવાથી આ સ્થિતિ બહુ સુખદ નથી. શક્તિ બદલાય છે. ખરાબ માણસના હાથમાં સત્તા છે અને સારા માણસના હાથમાં એક જ કામ છે - ઉપદેશ. તેમનો ઉપદેશ કોણ સાંભળે છે? તેમના ઉપદેશો વૃદ્ધ લોકો દ્વારા સાંભળવામાં આવે છે જેમણે જીવન સાથેનો સંપર્ક ગુમાવ્યો છે. મંદિરોમાં જાઓ, મસ્જિદમાં જાઓ, વૃદ્ધ પુરુષો અને સ્ત્રીઓ ત્યાં ભેગા થાય છે. આ

ત્યાં એકઠી થયેલી મહિલાઓ છે જેમને ઘરે વાત કરવાનો મોકો નથી મળતો, તેઓ મંદિરોમાં આવે છે. પરંતુ મંદિરમાં યુવાનો ક્યાં છે, જીવન બદલનાર અને ઘડનાર યુવાનો ક્યાં છે. એવા બાળકો ક્યાં છે, જેમના દ્વારા જીવનનું નિર્માણ અને વિકાસ થાય છે? તેઓ ક્યાં છે, ત્યાં છે. તેઓ ઉપદેશ સાંભળવા તૈયાર નથી.

જો જીવનમાં બદલાવ લાવવો હોય તો સત્તા સારા લોકોના હાથમાં હોવી જરૂરી છે. તેથી જ હું કહું છું કે સારા માણસોએ સત્તાથી ભાગવું જોઈએ એવા વિનોબાના શબ્દો ખોટા છે. મારો પોતાનો મત છે કે દરેક ગામમાં નાગરિક સમિતિ હોવી જોઈએ, દરેક વિસ્તારમાં નાગરિક સમિતિઓ હોવી જોઈએ. અને આ નાગરિક સમિતિ નક્કી કરશે કે અમારા વિસ્તારમાં કોણ સારો વ્યક્તિ છે, અમે તેમને ચૂંટણીમાં ઊભા રહેવા વિનંતી કરીએ છીએ. અમે એવા માણસને મત નહીં આપીએ જે પોતાની મેળે ઊભો રહે અને લોકોને કહે કે હું સારો છું, મને મત આપો. આપણે માનીએ છીએ કે જે માણસ પોતાને સારો કહે છે તે પોતાની નાલાયકી સાબિત કરે છે. તે માણસ સારો માણસ નથી, જે પોતાને સારો કહે છે તે અયોગ્યતાની નિશાની હોવી જોઈએ. એવી ગેરલાયકાત હોવી જોઈએ કે જે વ્યક્તિ પોતે આવીને કહે કે હું સારો માણસ છું, મને મત આપો! ગામના લોકોએ કહેવું જોઈએ કે માફ કરશો અમે તમને વોટ નહીં આપીએ કારણ કે તમે પોતે જ કહો છો કે અમે સારા લોકો છીએ. અમે એવા માણસને મત આપીશું જે કહે છે કે, મારી કોઈ ઈચ્છા નથી પણ ગામનો આગ્રહ છે કે મારે ઊભા રહેવું જોઈએ, તેથી હું ઊભો છું.

દરેક ગામમાં નાગરિક સમિતિ હોવી જોઈએ. દરેક વિસ્તારમાં નાગરિકોની સમિતિ હોવી જોઈએ, જે નક્કી કરશે કે આપણે કઈ વ્યક્તિને મોકલવી જોઈએ, કારણ કે આપણી સારી વ્યક્તિ, જૂની આદતને કારણે પાછળ રહે છે અને આગળ નથી આવતી. તેને એ પણ સારું નથી લાગતું કે તે પોતે બૂમો પાડતા ફરે, ઘંટડી મારતા જાય, કે હું સારો માણસ છું, હું ચૂંટણી લડી રહ્યો છું, હું સારો માણસ છું, પછી ભલે તે કોંગ્રેસનો હોય કે જનસંઘનો. અથવા તે સામ્યવાદી હોય કે સમાજવાદી, તે માણસ ખોટો છે. તેને ભૂલશો નહીં અને મત આપશો નહીં કારણ કે જે માણસ પોતાનો પ્રચાર કરી રહ્યો છે તે સાચો હોઈ શકે નહીં. આ માણસ ખતરનાક છે.

દરેક વિસ્તારની નાગરિક સમિતિ હોવી જોઈએ, જે સારા માણસ પાસે જઈને વિનંતી કરે કે અમે તમને ઊભા રાખશું અને જો તમે ઊભા નહીં રહો તો અમે ઉપવાસ પર ઉતરીશું. અમે તમારા પર દબાણ લાવીશું, અમે તમને ઘેરીશું જેથી તમારે ઊભા રહેવું પડશે, અમે સારા માણસને મોકલવા માંગીએ છીએ.

અને એક સારા માણસને મોકલતી વખતે, ભારતે ઓછામાં ઓછા આગામી દસ વર્ષ સુધી તે વ્યક્તિ જે પક્ષનો છે તેની ચિંતા કરવાનું બંધ કરવું જોઈએ. વ્યક્તિએ ચિંતા કરવાનું છોડી દેવું જોઈએ કે તે સામ્યવાદી છે, સમાજવાદી છે, લીગર છે, કોંગ્રેસી છે કે જનસંઘનો છે. શરત એટલી જ કે માણસ સારો હોય.

ભારતમાં એક વખત સારો વ્યક્તિ સત્તા પર આવે તો દસ વર્ષ પછી આપણે વિચારી શકીશું કે સારા સમાજવાદી કે સારા કોંગ્રેસી મોકલવા. અત્યારે પ્રશ્ન એ છે કે શું તે સારો માણસ છે. હવે સારા માણસને જ મોકલવાના છે. અત્યારે કોંગ્રેસીને મોકલવી કે જનસંઘીને મોકલવી એ પ્રશ્ન નથી. કારણ કે જો બંને ખરાબ માણસો છે, તો તમે કોને મોકલો છો તેનાથી કોઈ ફરક પડતો નથી. અને આજે પરિસ્થિતિ એવી છે કે ખોટી વ્યક્તિ ગમે તે પ્રકારનો ધ્વજ ધારણ કરતી હોય, તેઓ બધા પિતરાઈ ભાઈઓ છે, તેમની વચ્ચે કોઈ તફાવત નથી, તેમની વચ્ચે સહેજ પણ તફાવત નથી. તેમના લેબલ અલગ હોઈ શકે છે, તે અગિયાર નંબરની બીડી છે. આ એકવીસ નંબરની બીડી છે. આ ત્રેવીસ નંબરની બીડી છે. તે બીડી છે. પરંતુ બીડી બીડી છે અને તે ખતરનાક છે. કેટલી બીડી પીવી એ વાત પર ભાર મૂકવાની જરૂર નથી, સવાલ એ છે કે બીડી પીવી કે ન પીવી, આપણે કોંગ્રેસીઓની બીડી પીશું કે જનસંઘીઓની બીડી પીશું,

આ પ્રશ્ન નથી. બીડી પીવી કે નહીં એ પ્રશ્ન છે. આપણે ખરાબ વ્યક્તિને મોકલવા માગીએ છીએ કે નહીં. પરંતુ રાજકારણી ખૂબ જ સ્માર્ટ હોય છે, તે આ સમસ્યાને તમારા દૃષ્ટિકોણથી દૂર કરે છે, તે સમસ્યા દૂર કરે છે કે સારી વ્યક્તિને મોકલવી કે ખરાબ વ્યક્તિને. જેનાથી નવી સમસ્યા સર્જાય છે. તે કહે છે કે કોંગ્રેસને મોકલવો કે જનસંઘને.

મેં સાંભળ્યું છે કે જો તમે જર્મનીની હોટેલમાં જાઓ છો, તો રાત્રિભોજન પછી તેઓ તમને પૂછશે કે તમને ચા જોઈએ છે કે નહીં. આમાં તેઓ તમારી પાસે બે વિકલ્પ છોડી રહ્યા છે - હા કે ના. પરંતુ ફ્રાન્સમાં આવું નથી. તેઓ ત્યાં એવું પૂછતા નથી. રાત્રિભોજન પછી તેઓ તમને પૂછશે કે તમને કોફી ગમશે કે ચા ગમશે. આમાં તેઓ તમને ના કહેવાની કોઈ તક નથી આપી રહ્યા. કોફીની પચાસ ટકા તક છે અને ચાની પચાસ ટકા તક છે અને એવી સારી તક છે કે તમે બેમાંથી એકને પસંદ કરશો. હું ચા કે કોફી લઉં, દૂધ લઉં કે કોકો લઈશ કે કેમ તે પસંદ કરવાની તેઓ તમને તક આપતા નથી. પરંતુ તેઓ તમારી સામે ‹ના› નો વિચાર નથી મૂકી રહ્યા, જેને પસંદ કરી શકાય. આનો પ્રયોગ કર્યો અને જાણવા મળ્યું કે જે હોટલોમાં તેઓ પૂછે છે કે તમે ચા પીશો, ત્યાં ચા ઘણી ઓછી વેચાય છે. એવી હોટલોમાં જ્યાં તમને પૂછવામાં આવે છે કે તમને ચા

કે કોફી ગમશે, ત્યાં બેમાંથી એક ચોક્કસપણે વેચાય છે.

દુનિયાના રાજકારણીઓ તમારી સમક્ષ ખોટા વિકલ્પો રજૂ કરે છે, તેઓ કહે છે કે તમારે કોંગ્રેસ પસંદ કરવી જોઈએ કે જનસંઘ. પ્રશ્ન એ છે કે સારો માણસ પસંદ કરવો કે ખોટો માણસ. સારા માણસના હાથ મજબૂત કરવા હોય કે ખરાબ અને ખોટા માણસના હાથ મજબૂત કરવા હોય. તેથી હું તમને કહેવા માંગુ છું કે જો આપણે આવનારા દિવસોમાં ભારતનું જીવન ધાર્મિક અને સારું બનાવવું હોય તો આપણે સારા માણસો મોકલવાની ચિંતા કરવી જોઈએ. તે કઈ પાર્ટીનો છે તેની આપણે ચિંતા કરવાની જરૂર નથી. સારી વ્યક્તિ ગમે તે પક્ષની હોય, ખરાબ વસ્તુઓ થતી નથી. પક્ષને વાંધો નથી, પણ આપણી કમનસીબી છે કે આજ સુધી આપણે ધર્મ અને રાજનીતિને અલગ-અલગ માનતા આવ્યા છીએ અને તેમને એક માનવાની આપણી કલ્પના હજુ પ્રબળ નથી. અત્યારે આપણને લાગે છે કે બંને એકબીજા સાથે જોડાયેલા છે, આપણે હજુ પણ વિચારીએ છીએ કે રાજકારણ એક અલગ વસ્તુ છે. તે જવા દો, શું થાય છે અથવા થતું નથી. પરંતુ આપણે જાણતા નથી, બધું બદલાય છે.

આપણું લોહી, આપણા વિચારો, આપણું ભાગ્ય, આપણું શરીર, આપણું ભવિષ્ય બધું જ રાજકારણ દ્વારા નક્કી કરવામાં આવે છે. રાજનીતિ એ નક્કી કરે છે કે કોલેજ અને સ્કૂલમાં આપણને શું શીખવવું જોઈએ. રાજકારણ એ નક્કી કરે છે કે આપણાં બાળકોનું મન કેવી રીતે ઘડવું જોઈએ. રશિયાની રાજનીતિ બદલાઈ ગઈ. આજે રશિયા વીસ કરોડનો દેશ છે. આજે રૂમમાં ભગવાનને માનનાર વ્યક્તિ મળવી મુશ્કેલ છે. કારણ કે ચાલીસ વર્ષ પછી રાજકારણીઓ ત્યાં આવ્યા અને કહ્યું કે ભગવાન નથી. તેઓ અભ્યાસક્રમમાં જે પુસ્તકો મૂકે છે તે ઈશ્વર વિરોધી છે. તેણે બનાવેલ અભ્યાસક્રમ આત્મામાં માનતો નથી. વીસ-ત્રીસ વર્ષના શિક્ષણ પછી, રશિયાના વીસ કરોડ લોકો એ માનવા સંમત થયા કે ન તો આત્મા છે કે ન તો ભગવાન. તો પછી ધર્મ રાજકારણથી બિનસાંપ્રદાયિક કેવી રીતે રહી શકે? આ કેવી રીતે શક્ય છે! અને જે લોકો એવું સમજાવી રહ્યા છે કે ધાર્મિક વ્યક્તિને રાજકારણ સાથે કોઈ લેવાદેવા નથી, તેઓ જાણતા નથી કે આવનારા વીસ વર્ષમાં ધર્મ રસ નહીં લે તો સમગ્ર ધર્મ વ્યવસ્થા બરબાદ થઈ શકે છે.

ચીન સિત્તેર કરોડનો દેશ છે. જો ત્યાંનું રાજકારણ સામ્યવાદી બનશે તો ચીનના તમામ મંદિરો અને મસ્જિદો ખતરામાં છે. ત્યાંના તમામ આશ્રમો જોખમમાં છે. ત્યાંના ધાર્મિક ગ્રંથો જોખમમાં છે, ત્યાંના સાધુ-સંતો અને ફકીરો જોખમમાં છે. આજે ચીનમાં કોઈનો જીવ સુરક્ષિત નથી. આગામી દસ વર્ષમાં ચીન સાધુઓ અને સાધ્વીઓને ખતમ કરી દેશે.

ચીનની ધરતી પર સંત શોધવાથી નહીં મળે, એક સાધુ શોધવાથી નહીં મળે. મંદિર અને મસ્જિદ શોધવાથી નહીં મળે. તો પછી ધર્મ રાજકારણથી તટસ્થ કેવી રીતે રહી શકે? આજે નહીં તો કાલે ભારતમાં પણ આવું થશે.

એટલા માટે ધાર્મિક લોકો તમને કહે છે કે તમારા મંદિરોમાં પૂજા કરો, તમારે રાજકારણ સાથે શું લેવાદેવા છે, સારા માણસનો શું ઉપયોગ છે? તેઓ જાણતા નથી કે રાજકારણીના હાથમાં કેટલી સત્તા છે. અને તેની પાસે એટલી શક્તિ પણ ન હતી જેટલી આજે છે. આજે ચીનમાં માઇન્ડ વોશિંગની લાંબી હિલચાલ ચાલી રહી છે. તે લાખો લોકોને કબજે કરી રહી છે અને તેમના મનમાં તે ઇચ્છે તે નિયમ બળપૂર્વક રોપી રહી છે. તમને ખબર નથી કે આજે એવી રાસાયણિક દવાઓ શોધી કાઢવામાં આવી છે કે જે તમને ઈન્જેક્શન આપીને તમારી બધી યાદોને ભૂંસી શકે છે. તમારી બધી યાદોને નવીકરણ કરી શકાય છે. એક માણસ જે ભગવાનમાં માનતો હતો અને સમજતો હતો કે ભગવાન અસ્તિત્વમાં છે, તે માણસને ઇન્જેક્શન આપવામાં આવ્યું હતું અને કેટલાક રાસાયણિક પદાર્થ આપ્યા પછી તેની સ્મૃતિ ભૂંસી શકાય છે, અને તેને સમજાવી શકાય છે કે ભગવાનનું અસ્તિત્વ નથી અને એક મહિના, બે મહિના પછી તે બહાર આવશે અને લોકોને કહેશે કે ભગવાન નથી, તેણે જે વિચાર્યું તે ખોટું હતું.

આજે તેઓ આ બધું ચીનમાં કરી રહ્યા છે, તેઓએ રશિયામાં આ કર્યું અને આખી દુનિયામાં થશે. તેથી જો કોઈ ધાર્મિક માણસ ચુપચાપ બેસી રહે તો તે ક્યાં બેઠો છે તેની ખબર પડતી નથી. તે જગ્યા નીચેથી સરકી રહી છે. તે સ્થાન જ્યાં તે સપોર્ટ કરે છે તે સમજી શકાય છે કે તે લાંબા સમય સુધી ત્યાં રહેશે નહીં. હોડીમાં કાણાં છે અને તે ડૂબવાની તૈયારીમાં છે. દુનિયામાં ધર્મનો ઉદ્ધાર કરવો હોય તો ધાર્મિક લોકોએ હિંમતથી ઊભા થઈને સત્તાની દુનિયામાં પ્રવેશ કરવો પડશે.

મારા મતે, ભારતનું ભાગ્ય એ દિવસે બદલાઈ જશે જે દિવસે ભારતના સંતો અને સાધુઓ, ભારતના સારા અને સજ્જન લોકો સમગ્ર રાજકારણને પોતાના હાથમાં લઈ શકશે, તે પહેલાં ક્યારેય સારા આચારની કોઈ વ્યવસ્થા ન હોઈ શકે. ભારતમાં પણ સારો માણસ દોડે છે. તે સારા માણસ પર વિશ્વાસ કરવો મુશ્કેલ છે, તે વિચારતો પણ નથી. તે જાણતો પણ નથી. તેની કલ્પનામાં પણ તેને એવું લાગતું નથી કે તેનું જીવન બદલવાની તેની કોઈ જવાબદારી છે. ભલભલા માણસ પીઠ ફેરવીને ઊભા છે. તેથી જ્યારે મને રાજનીતિ અને ધર્મ પર જઈને કંઈક કહેવાનું કહેવામાં આવ્યું, ત્યારે મને લાગ્યું કે ચોક્કસપણે કહેવા જેવી કેટલીક બાબતો છે.

ટૂંકમાં, મેં જે કહ્યું તે મને પુનરાવર્તન કરવા દો. મેં તમને કહ્યું કે ધર્મ એ આત્મા છે, રાજકારણ શરીર છે. ધર્મ એ વિચાર છે, રાજકારણ એ ક્રિયા છે. ધર્મ એ આકાશ છે, રાજકારણ એ ધરતી છે. ન તો આપણે આકાશમાં રહી શકીએ અને ન તો પૃથ્વી પર રહી શકીએ. આપણું માથું ધર્મ સાથે અને પગ રાજકારણ સાથે સંબંધિત હોવા જોઈએ. આપણા જીવનની તમામ પ્રવૃત્તિઓ રાજનીતિ વિના ચાલી શકતી નથી અને ધર્મ વિના આપણો આત્મા વિકાસ પામી શકતો નથી. જો તમારે ઉપર ઊઠવું હોય તો તમારે આકાશ તરફ જવું પડશે, જો તમારે સ્થિર ઊભા રહેવું હોય, તો તમારા પગ પૃથ્વી પર મજબૂત રીતે રોપવા જોઈએ.

ધરતી પર ભારતના પગ હંમેશા નબળા રહ્યા છે. એટલા માટે આપણે હજાર વર્ષ સુધી ગુલામી સહન કરી - આટલો મોટો દેશ હજાર વર્ષ સુધી! સરળ શક્તિના લોકોએ આવીને અમને ગુલામ બનાવી દીધા. એનું કારણ શું હતું? કારણ એ હતું કે ભારતના ધાર્મિક લોકો માને છે કે તેમને રાજકારણ સાથે કોઈ લેવાદેવા નથી. ભારતનો મોટો હિસ્સો, વસ્તીનો મોટો હિસ્સો માનતો હતો કે અમારો કોઈ હેતુ નથી. જ્યારે જનતા આટલી ઉદાસીન છે, ત્યારે હું તમને કહું છું કે ભારતની 75 ટકા લોકોને હજુ પણ રાજકારણમાં રસ નથી. કાલે ચીન ભારતમાં આવશે તો દર્શકની જેમ તેને જોશે અને કહેશે કે ઠીક છે, ચીન આવી ગયું, પછી હવે શું થાય છે તે જોશે, પહેલા અંગ્રેજો હતા, પછી કોંગ્રેસ આવી, હવે ફરીથી ચીનાઓ. સામ્યવાદીઓ આવ્યા છે. હવે જુઓ આગળ શું થાય છે! તેઓ ઊભા રહીને જોશે, જાણે તેઓ દર્શકો હોય, જાણે તેઓ પ્રેક્ષક હોય! બીજા વિશ્વયુદ્ધમાં જર્મનીએ હોલેન્ડ પર હુમલો કર્યો હતો. હોલેન્ડ એક નાનો અને ગરીબ દેશ છે. હોલેન્ડની ગરીબી અને હોલેન્ડની નબળાઈ ઘણા કારણોથી છે. તેનું મુખ્ય કારણ એ છે કે હોલેન્ડની જમીન સમુદ્ર કરતાં નીચી છે, સમુદ્ર ઊંચો છે અને જમીન નીચી છે. તેથી હોલેન્ડના ગામડાઓએ દિવાલો બનાવીને સમુદ્રથી પોતાને બચાવવાની છે. હોલેન્ડની અડધી તાકાત સમુદ્રથી પોતાનો બચાવ કરવામાં નાશ પામે છે. હોલેન્ડ પાસે મોટી સેના નથી, હોલેન્ડ પાસે મોટી મશીનગન નથી, હોલેન્ડ પાસે એરોપ્લેન અને યુદ્ધ સામગ્રી નથી. જર્મનીએ નક્કી કર્યું કે હોલેન્ડને મિનિટોમાં જીતી શકાય છે. હોલેન્ડ જર્મની સામે કેવી રીતે ટકી શકે? જર્મનીએ હુમલો કર્યો અને હોલેન્ડના લોકોએ વિચાર્યું કે આપણે શું કરવું જોઈએ? તેથી, હોલેન્ડના લોકોએ જે પણ વિચાર્યું, તે વિચારવા યોગ્ય છે, તે સમજવા યોગ્ય છે. ભારત આવું ક્યારેય વિચારી ન શકે. તેથી તેઓએ વિચાર્યું કે આપણે ગુલામ બની જઈશું, પણ ગુલામ

બનીને જીવવું યોગ્ય નથી. આઝાદ રહીને જીવતા મરવું સારું. તેણે કહ્યું: જે ગામ પર જર્મનીએ હુમલો કર્યો છે, તે ગામની દિવાલ તોડી નાખવી જોઈએ. આખું ગામ દરિયામાં ડૂબવું જોઈએ અને જર્મન સૈન્ય પણ તેની સાથે ડૂબવું જોઈએ. અમે અમારા ગામ ડૂબતા રહીશું, જે ગામ હારશે તેને અમે ડૂબાડીશું. આખા દેશને દરિયામાં ડુબાડી દઈશું. પરંતુ હોલેન્ડ ટકી શકશે નહીં, હોલેન્ડનું એક પણ બાળક જીવંત રહેશે નહીં, પરંતુ આપણે ગુલામ નહીં રહીએ. હિટલરના સૈનિકોએ ત્રણ ગામોની મુલાકાત લીધી અને પરત ફર્યા.

હિટલરે કહ્યું: આવા દેશ સાથે લડવું મુશ્કેલ છે. ત્રણ ગામ ડૂબી ગયા, સેના પણ ડૂબી, ત્રણ ગામો પાણીમાં આવ્યા. અને પ્રથમ વખત હિટલરે ડાયરીમાં લખ્યું કે આજે મને ખબર પડી કે લોકોના આત્મા બેયોનેટ, બંદૂક અને બોમ્બ કરતા પણ વધુ શક્તિશાળી છે. જો લોકો મરવા તૈયાર હોય તો દુનિયામાં કોઈ તેમને ગુલામ બનાવી શકે નહીં. કોને ગુલામ બનાવી શકે!

ચાલીસ કરોડ લોકોને ત્રણ કરોડ લોકોએ ગુલામ બનાવ્યા, તેઓ હજારો માઈલ દૂરથી રાજ કરતા રહ્યા અને અમે શાસન કરતા રહ્યા. રાજકારણીઓ કહે છે કે અમારી વચ્ચે વિભાજન હતું, તેથી જ આ શાસન સત્તામાં આવ્યું. ખોટું સમજાવો. રાજકારણીઓ ખોટી રીતે સમજાવે છે, સાવ જુઠ્ઠાણા સમજાવે છે. ત્યાં કોઈ વિભાજન કે એવું કંઈ નહોતું. વિભાજનનું પ્રમાણ આપણી અંદર છે તે વિશ્વમાં દરેક જગ્યાએ છે. ખરી વાત તો એ હતી કે અહીંના લોકોમાં એવી લાગણી હતી કે અમારે રાજકારણ સાથે શું લેવાદેવા છે, અમારે શું કરવાનું છે. દિલ્હીમાં કોઈ રાજા બેસે તો આપણને શું ફરક પડે? સફાઈ કામદારે પોતાના શૌચાલય ધોવા પડશે, પછી તે મુઘલ સમ્રાટ હોય, હિંદુ સમ્રાટ હોય કે બ્રિટિશ સમ્રાટ હોય. મોચીએ ચંપલ સીવવા પડશે. ખેડૂતે ખેતીકામ અને હળ ચલાવવું પડશે. તેનાથી આપણને શું ફરક પડે છે? તે આપણા જીવનમાં કેટલો ફરક લાવે છે. અને ભારતમાં જે લોકો શિક્ષણ આપતા હતા, સંતો અને તપસ્વીઓ, તેઓએ તે પૂર્ણ કર્યું. મુદ્દો પણ ઉઠાવ્યો નહીં, એક શબ્દ પણ બોલ્યો નહીં. ભારતના હજાર વર્ષના ઈતિહાસ પર કોઈ નજર નાખે તો જણાશે કે અહીંના સંતોએ એકવાર પણ આ ગુલામીને આગ લગાડવાનું કહ્યું નથી. તેથી જગતના લોકો પાછળથી વિચારશે કે સંત બહુ નબળા અને નપુંસક હશે. તેમનામાં કોઈ તાકાત ન હોવી જોઈએ. તે શું આત્માની વાત કરતો હશે, જે ગુલામી તોડી શકતો નથી? આનું એકંદર કારણ એ હતું કે આપણે ક્યારેય ધર્મને રાજકારણ સાથે સંબંધિત નથી ગણ્યો.

તેથી હું કહું છું કે ધર્મ વિનાનું રાજકારણ એ મૃત શરીર છે અને રાજકારણ વિનાનો ધર્મ એ ભૂત-આત્મા જ છે જેને શરીર નથી. જે આત્મા ભૂતની જેમ ભટકે છે, જેને જીવનમાં કોઈ સ્થાન નથી. તેથી, આ બંને વચ્ચેનો સંબંધ જરૂરી છે. આ બંને એક હોવા જોઈએ અને એકતામાં હંમેશા કાળજી રાખવી જોઈએ, ધર્મ હંમેશા ટોચ પર હોવો જોઈએ, રાજકારણ હંમેશા તળિયે હોવું જોઈએ. ધર્મ એ માથું છે, રાજકારણ પગ છે. ધર્મ એ આત્મા છે, રાજકારણ શરીર છે. રાજકારણને ક્યારેય ધર્મથી ઉપર રાખી શકાય નહીં. ધર્મ એ જીવનનું ધ્યેય છે, રાજકારણ એ સાધન છે. ધર્મ એ અંત છે, રાજકારણ એ સાધન છે. ધર્મ એ ગંતવ્ય છે, રાજકારણ એ રસ્તો છે. માર્ગ ક્યારેય લક્ષ્યસ્થાનથી ઉપર ન હોઈ શકે. જો આ વાત ધ્યાનમાં રાખીશું તો આવનારા દિવસોમાં સારા માણસ જોવા મળશે.

જો તમે શક્તિ આપો, તાકાત આપો, સારા માણસો માટે તેમના જીવનમાં પરિવર્તન લાવવાની સુવિધાઓ ઊભી કરો અને સત્તા તેમના હાથમાં લઈ લો તો ભારતનું ભવિષ્ય સોનેરી અને સુંદર ન બની શકે તેનું કોઈ કારણ નથી.

પરંતુ જો આ આજની જેમ ચાલુ રહેશે તો ભારત દરરોજ અંધકારમાં ડૂબી જશે. અને હું તમને કહેવા માંગુ છું કે જો ભારતને ખરાબ લોકોના શાસનથી બચાવવું હોય તો ભારતના સાધુસંતો અને તપસ્વીઓએ હિંમત રાખવી પડશે. ભલે તેઓ તેમની મુક્તિ ગુમાવે છે અથવા તેમનું મૃત્યુ પછીનું જીવન બગડે છે. ફરીથી જન્મ લો. જન્મો અનંત છે. શા માટે આવી ઉતાવળ છે? ઘણા જન્મો થયા છે. અનેક જન્મો માટે સગવડ છે. પછી ધ્યાન માટે ઉકેલ શોધો. પરંતુ એકવાર ભારતના તમામ સત્પુરુષોએ સાથે આવીને વીસ વર્ષ સુધી ભારતના ભાગ્યને સુંદર બનાવવાનો પ્રયાસ કરવો જોઈએ.

મેં આ થોડી વસ્તુઓ રાખી છે. હું જે કહું તેની સાથે સહમત થવું જરૂરી નથી. મારી વાતનો વિચાર કરો તો પણ મારું કામ પૂરું થઈ ગયું. ભારત વિચારી પણ નથી રહ્યું. જય મહાત્મા ગાંધી, આ જ આપણું કામ છે. વિચારવું એ વિચાર નથી. ગાંધીજીનો જયજયકાર કરો, પણ ગાંધીજીએ શું ન કર્યું તે વિશે વિચારશો નહીં! ગાંધીજીએ શું ભૂલ કરી તે વિચારશો નહીં! એવું ન વિચારો કે ગાંધીજીની ભૂલ મોંઘી સાબિત થઈ છે અને તેને બદલવા માટે કંઈક કરવું જોઈએ કે ન કરવું જોઈએ. મેં જે કહ્યું તેની સાથે સહમત થવાની બિલકુલ જરૂર નથી. પરંતુ જો મારા શબ્દો પર વિચાર કરવામાં આવે અને વિચારો ઉત્પન્ન થાય, તો માર્ગ સ્પષ્ટ થઈ શકે છે અને આપણે જીવન બદલી શકીશું.

•

5

સામાજિક પરિવર્તનના ચોક પર

મારા પ્રિય આત્મા!

અગાઉની ચર્ચાઓને લઈને ઘણા પ્રશ્નો પૂછવામાં આવ્યા છે. હું બધા પ્રશ્નોના ટૂંકમાં જવાબ આપવાનો પ્રયત્ન કરીશ.

એક મિત્રે પૂછ્યું છે કે, સમાજના પરિવર્તન માટે યુવાનો શું કરી શકે?

સૌપ્રથમ કામ જે યુવાનોએ કરવાનું છે, અને કરી શકે છે, તે છે યુવા બનવું. આ દેશમાં ભાગ્યે જ કોઈ યુવા છે. ત્યાં બાળકો છે, વૃદ્ધ લોકો છે, ત્યાં કોઈ યુવાન નથી. અને આપણે એવી વ્યવસ્થા બનાવી છે કે વૃદ્ધાવસ્થા સીધી બાળપણથી આવે છે, યુવાની આવી શકતી નથી. આપણે તેને ટાળીએ છીએ.

યુવાન હોવાનો અર્થ શું છે?

યુવાન હોવું એ ઉંમર પર નિર્ભર નથી, અને તેથી માણસ વૃદ્ધ થઈને પણ યુવાન રહી શકે છે. અને યુવાન થયા પછી વૃદ્ધ થઈ શકે છે.

યુવાનનું પ્રથમ કર્તવ્ય એ છે કે તે માત્ર વયના આધારે યુવાન ન હોવો જોઈએ, તે મનથી યુવાન હોવો જોઈએ. અને ભારતના યુવાનોએ હજુ એ ફરજ નિભાવી નથી. યુવાન મનના કેટલાક લક્ષણો છે. જેમ યુવાન મન પાછળ જોતું નથી, તે આગળ જુએ છે. જેમ યુવાન મન યાદોમાં સમય પસાર કરતું નથી, તેમ તે યોજનાઓમાં ઊર્જાનું રોકાણ કરે છે. જેમ યુવાન મન સ્વર્ગ વિશે, મોક્ષ વિશે, પછીના વિશ્વ વિશે વિચારતું નથી, તેમ તે સ્મૃતિને બદલવા વિશે વિચારે છે. આ દેશના તમામ ધર્મો જૂના હોવાથી અને જૂના લોકોએ જ બનાવ્યા છે. તેથી જ કોઈ ધર્મ આ પૃથ્વીને બદલવાની પરવા કરતો નથી. આપણા દેશમાં એક પણ ધર્મનો ઉદય થઈ શક્યો નથી જે આ પૃથ્વીને બદલવાની કલ્પના કરી શકે. આ દેશના તમામ ધર્મો કહે છે કે આ ધરતી છોડવી પડશે, જન્મ છોડવો પડશે, જીવન છોડવું પડશે, બધું છોડવું પડશે, વાહનવ્યવહારથી મુક્તિ એ પાણી છે. જીવનમાં દુઃખ છે. તો વૃદ્ધ મન કહેશે જીવનથી ભાગી જાઓ, યુવાન મન કહેશે દુઃખ બદલો, આટલો ફરક પડશે. આ ઘરમાં આગ લાગી હોય તો વૃદ્ધ મન કહેશે જીવનથી ભાગી જાઓ, યુવા મન કહેશે દુઃખ બદલો, બહુ ફરક પડશે. આ ઘરમાં આગ લાગે તો ઘરડાં મન કહેશે આ ઘરમાંથી દૂર થઈ જાઓ. યુવાન મન કહેશે, આ આગ બુઝાવવાની છે, ભાગવાનું નથી.

આ દેશમાં આપણે સતત ભાગી જવા, છોડી જવા, સ્થળાંતર કરવાનો વિચાર કરીએ છીએ.

એ આપણા જૂના મનનું લક્ષણ હતું. યુવકે તેને ટાળવું પડશે. તેણે આ પૃથ્વીને બદલવાની ચિંતા કરવી પડશે. આનો અર્થ એ નથી કે આ જીવન પછી કોઈ જીવન નથી. પરંતુ આ જીવન પછી એક જીવન છે, ફક્ત એક યુવાન મન તેને શોધી શકે છે. જૂનું મન તેને શોધી શકતું નથી. અને જે જીવન આ જીવનની પેલે પાર છે, જેણે આ જીવન બનાવ્યું નથી, તેઓ તે જીવન પણ બનાવી શકશે નહીં. આ જીવન એક સીડી છે, તે નિરર્થક અને કોઈ કારણ વગર નથી. ભગવાનની ભવ્ય યોજનામાં, આ જીવન કારણ વગરનું નથી. પણ સાધુસંતો અને મહાત્માઓ સમજાવી રહ્યા છે કે ભગવાને કોઈ ભૂલ કરી છે. અને આપણે આ જીવનમાંથી બચવાનો પ્રયાસ કરવો પડશે.

આ જીવન એ જીવન માટે એક પગથિયું છે. શરીર આત્મા માટે એક સીડી છે; વિશ્વ ભગવાન માટે એક સીડી છે. પરંતુ આપણી કેટલીક પરંપરાઓ એ સીડીનો નાશ કરવા આતુર છે. તે કહે છે, આ સીડીની જરૂર નથી. આપણે સીડી વગર સીધા જ ટોચ પર પહોંચવા માંગીએ છીએ. સીડી તૂટી જાય છે અને આપણે ટોચ પર પહોંચી શકતા નથી. પછી તેઓ સીડી સુધી પણ પહોંચી શકતા નથી, તેઓ સીડીઓ નીચે સંઘર્ષ કરતા રહે છે.

આપણા દેશના યુવા દિમાગમાં પલાયનવાદના જૂના વલણને તોડવું પડશે. અને તેને તોડવા માટે આપણે એક સૂત્ર સમજવું જોઈએ. જીવનને નકારવાની આ આપણી આખી પરંપરા છે, જીવન નકારાત્મક છે. તે જીવનને નકારી કાઢે છે. જૂનું મન જીવનને નકારે છે - હું વૃદ્ધ માણસ નથી કહેતો, વૃદ્ધ મન! જૂનું મન જીવનને નકારે છે. એવું નથી કે તમે એસોપની દંતકથા સાંભળી હશે - એક શિયાળ દ્રાક્ષાવાડીમાંથી બહાર આવ્યું. દ્રાક્ષના ઝુંડ આમંત્રિત કરી રહ્યા હતા અને તે કૂદ્યો, પણ ઝુંડ દૂર હતા. ઘણી કોશિશ કરી, પણ ઝૂંડ સુધી ન પહોંચી શક્યો અને અચાનક ઝાડી પાસે આવેલા એક સસલાએ પૂછ્યું, શું વાત છે? દ્રાક્ષ સુધી પહોંચી શકતા નથી! થાકેલું શિયાળ કડકાઈથી ઊભું થયું અને કહ્યું, “હું શા માટે દ્રાક્ષ સુધી પહોંચી શકતો નથી?” પણ દ્રાક્ષ ખાટી છે, અગમ્ય છે.

આ જૂનું મન છે, જે તેના અહંકારનું રક્ષણ કરે છે, તેની પહોંચવાની અસમર્થતાને છુપાવે છે, અને જ્યાં આપણે પહોંચી શકતા નથી ત્યાં પહોંચવા માંગતા નથી. તેથી જ તે સ્થાનની ટીકા કરવામાં રસ છે. દેશના યુવાનોએ આ જૂના મનમાંથી બચવું પડશે. જૂના મનમાંથી છટકી જવું એ બહુ મોટું કામ છે અને બહુ મુશ્કેલ કામ પણ છે. તે ખૂબ જ મુશ્કેલ

કાર્ય છે - યુવાન હોવું એ 24 કલાક જોખમમાં જીવવું છે, વૃદ્ધ થવું એ સલામતીમાં જીવવું છે. તેથી જે માણસ સલામતી માટે ક્યાંક પહોંચે છે તે વૃદ્ધ થઈ જાય છે. જે જોખમમાં જીવવા માટે તૈયાર છે તે યુવાન રહેવા માટે સક્ષમ છે. જેમ તલવારને મ્યાનમાં રાખવામાં આવે તો તેને કાટ લાગે છે, જો તેને વીંટાળવામાં ન આવે તો તેને સુરક્ષિત રીતે મ્યાનમાં રાખવામાં આવે તો પણ તેને કાટ લાગશે. જો તલવારે ટકી રહેવું હોય અને તેની ધાર જાળવી રાખવી હોય, તો તે 24 કલાક યુદ્ધમાં, જોખમમાં હોવી જોઈએ. મન પણ ત્યારે જ જુવાન બને છે જ્યારે તે 24 કલાક સંકટમાં રહે છે. પરંતુ આપણા દેશમાં કોઈ જોખમમાં રહેવા માંગતું નથી.

આ યુવક પણ પોતાની જિંદગી જોખમ વિના કેવી રીતે પસાર કરે તેની ચિંતામાં લાગી રહ્યો છે. જોખમ વિના જીવન જીવવાનો અર્થ એ છે કે જીવન હૂંફાળું હશે. પછી જીવન એવું થશે, તે મૃત્યુ પામશે.

મેં સાંભળ્યું છે કે એક બાદશાહે પોતાની સુરક્ષા માટે એક મહેલ બનાવ્યો હતો અને તે મહેલમાં એક દરવાજો રાખ્યો હતો જેથી કોઈ ચોર, કોઈ ખૂની, કોઈ લૂંટારા મહેલમાં પ્રવેશી ન શકે. પાડોશી બાદશાહ તેનો મહેલ જોવા આવ્યો. તે જોઈને ખુશ થયો અને કહ્યું કે આ મહેલ અદ્ભુત છે. મને પણ આવી સુરક્ષા જોઈએ છે. હું પણ આવો જ મહેલ બનાવીશ - ત્યાં એક જ દરવાજો છે, બીજો કોઈ દરવાજો નથી કે કોઈ બારી નથી, અને તે દરવાજો હજારો સૈનિકો દ્વારા રક્ષિત છે. તમે એકદમ સુરક્ષિત છો, સુરક્ષિત છો, તમારા જીવનમાં કોઈ જોખમ નથી. સ્તુતિ સાંભળીને ભવનપતિ ખુશ થાય છે. મિત્ર સમ્રાટને દરવાજે મૂકવા આવ્યો છે. પછી બાદશાહે ફરી પેલા મિત્રને કહ્યું કે તું બહુ અદ્ભુત વિચારોનો માણસ છે. તમે આટલી સલામત ઇમારત બનાવી છે, હું પણ બનાવીશ. તે આ કહેતો હતો ત્યારે રસ્તાના કિનારે બેઠેલો એક ભિખારી હસવા લાગ્યો.

તે બંને યુવાન પુરુષો છે - સમ્રાટ જેણે ઘર બનાવ્યું છે, સમ્રાટ જે વિદાય કરી રહ્યો છે. તે એક વૃદ્ધ ભિખારી છે. તે જોર જોરથી હસવા લાગ્યો છે. તે ઘરના માલિકે કહ્યું, કેમ હસો છો? શું બિલ્ડિંગમાં કંઈ ખૂટે છે? તે વૃદ્ધ ભિખારીએ કહ્યું, હું અહીં બેઠો છું, આ ઘર બનતું જોઈ રહ્યો છું. આજે મેં તને મારી સામે જોયો એટલે મેં પૂછ્યું - ચાલો હું તને કહું, તમારાથી ભૂલ થઈ છે. બાદશાહે કહ્યું, મને કહો, ભૂલ શું છે? અમે તેને ઠીક કરીશું. ભિખારીએ કહ્યું, એક દરવાજો છે, તમે અંદર જાઓ અને તે પણ બંધ કરો. પછી તમે સંપૂર્ણપણે સુરક્ષિત રહેશો. અત્યારે ખતરો છે. દુશ્મન આ એક દરવાજાથી પણ પ્રવેશ કરી શકે છે. અને જો દુશ્મન ન જઈ શકે તો પણ આ દરવાજામાંથી મૃત્યુ ચોક્કસ પ્રવેશ કરશે. તમે તેને

બંધ કરો, તેને પથ્થરો સાથે જોડી દો અને અંદર જાઓ, તો મૃત્યુ પણ અંદર જઈ શકશે નહીં.

પેલા બાદશાહે કહ્યું, તું બહુ પાગલ લાગે છે. જો હું વધુ એક દરવાજો બંધ કરીશ તો મૃત્યુ આવવાની જરૂર નહીં રહે, હું મરી જઈશ. આ ઘર નહીં, કબર બની જશે. વૃદ્ધ માણસે કહ્યું, આ પહેલેથી જ કબર છે, એકમાત્ર વસ્તુ ખૂટે છે તે આ દરવાજો છે. બાદશાહના મનમાં વિચાર આવ્યો. તેણે વૃદ્ધ ફકીરને કહ્યું, તમે કોણ છો? વૃદ્ધ ફકીરે કહ્યું, અમે એક સમયે સમાન કપડાં પહેરીને રહેવાની ટેવ પાડી હતી. પરંતુ જ્યારે અમને સમજાયું કે જેટલા દરવાજા બંધ કરીએ છીએ તેટલું જ જીવન કબર બની જાય છે, તેથી અમે બધા દરવાજા તોડી નાખ્યા, અમે બધી દિવાલો કાઢી નાખી. હવે આપણે ખુલ્લા આકાશ નીચે જ રહીએ છીએ. ત્યાં ઘણા જોખમો છે, પરંતુ જીવન પણ ઘણું છે.

યુવાન મન જોખમમાં જીવવાનું નામ છે.

યુવાનની એક જ ફરજ છે, સલામતી ટાળો. સુરક્ષા આપણને ખાઈ જશે. સુરક્ષાને કારણે આપણે નવી વસ્તુઓ શોધી શકતા નથી. કારણ કે સલામતી હંમેશા જૂના સાથે રહે છે. નવામાં હંમેશા ભૂલ હોય છે, નવામાં હંમેશા નિષ્ફળતા હોય છે. હંમેશા એવો ડર રહે છે કે નવું જુનાની બરાબર સાબિત થશે કે નહીં. આ ડર છે કે આપણે ક્યાંક નવી જગ્યાએ પહોંચી શકશું કે નહીં. નવાનો ડર, આપણી પાસે જૂનાની ઉપલબ્ધિ છે. સુરક્ષા આપણને જૂના અને નવા સાથે જોડે છે - તેથી જ આપણે નવી વસ્તુઓની શોધ કરીશું નહીં. નવી શોધ કરીશું નહીં, જીવન માટે નવા માર્ગો શોધીશું નહીં, જીવનમાં નવા સંબંધો સ્થાપિત કરીશું નહીં. જૂના લીકને પકડીને આગળ વધશુ.

જૂનું મન એ જૂના માર્ગને અનુસરતું મન છે. ક્યારેય ભટકતું નથી, ક્યારેય ભૂલતું નથી, પણ ક્યારેય જીવતું નથી. ભટકવાની જરૂર છે, ભૂલ પણ જોઈએ છે, નિષ્ફળતા પણ જોઈએ છે. યાદ રાખો, જેઓ નિષ્ફળ થવાની હિંમત એકત્ર કરે છે તે જ સફળ થશે.

તેવી શક્યતા પણ છે. જેઓ નિષ્ફળતાને ટાળે છે તેઓ સફળતાને પણ ટાળે છે. આ બે વસ્તુઓ એક સાથે જાય છે. જેઓ ભૂલો કરતા નથી તેઓ તેમને ક્યારેય સુધારી શકતા નથી. અને જેઓ ભૂલ કરવાની હિંમત એકત્ર કરે છે તેઓ ક્યારેક સાચા પણ હોઈ શકે છે.

તો હું ટૂંકમાં એટલું જ કહીશ કે યુવાને યુવાન હોવાની ચિંતા કરવી જોઈએ! આ પૂરતું છે. આ ચિંતામાં બધું આવી જશે.

બીજા મિત્રે પૂછ્યું - તેણે પૂછ્યું છે કે કોઈએ વિશ્વાસ ન કરવો જોઈએ, તમે કહ્યું, કોઈએ વિચારવું જોઈએ, અને તમે ગંગા અને એમેઝોનના

ઉદાહરણો આપ્યા છે. પેલા મિત્રે પૂછ્યું છે કે ગંગા અને એમેઝોન પણ સમુદ્રમાં માનીને દરિયામાં આવે છે. જો તેઓ માનતા નથી કે સમુદ્ર અસ્તિત્વમાં છે, તો પછી તેઓ સમુદ્ર તરફ કેવી રીતે જશે? તો આપણે પણ માનીને જ જઈ શકીશું, નહીં તો કેવી રીતે જઈશું?

આ વાતને થોડી વધુ સ્પષ્ટ રીતે સમજવી યોગ્ય રહેશે. સમુદ્રની માન્યતાને કારણે એમેઝોન અને ગંગા સમુદ્ર સુધી પહોંચતા નથી. એમેઝોન અને ગંગા તેમની અપાર તાકાતના કારણે સમુદ્ર સુધી પહોંચે છે, નહીં તો નાના નાળા પણ માનત અને સમુદ્ર સુધી પહોંચી જાત. અપાર બળ છે, પ્રવાહ છે, શક્તિ છે, એ શક્તિ તમને સમુદ્રમાં લઈ જાય છે. એમેઝોન ક્યાંક મહાસાગર છે એવી કોઈ માન્યતા નથી. ખબર નહીં, જૂની નદીઓએ શું લખ્યું છે અને જૂના ગુરુઓએ કોના પર ભરોસો મૂક્યો છે. જૂની નદીઓ પણ પાછી ફરી નથી અને નવી નદીઓને કહે છે કે એ તો મહાસાગર છે! જેઓ ગયા છે તેઓ સમુદ્રમાં ગયા છે, તેમની પાસે કોઈ પરંપરા નથી, વિશ્વાસ કરવાની કોઈ રીત નથી. એમેઝોન જાય છે, પોતાની અંદર ઉભરાતી ઉર્જા સાથે. સમુદ્ર અંદર છે, તે તમને સમુદ્રમાં લઈ જાય છે.

માણસ પણ શ્રદ્ધા દ્વારા ભગવાન સુધી પહોંચતો નથી, તે વહેતી ઉર્જા દ્વારા પહોંચે છે.

તેની અંદર પણ અતિશય શક્તિ વહેતી હોવી જોઈએ અને જ્યારે કોઈ વ્યક્તિ અતિશય વહી જાય છે ત્યારે તે સમુદ્રમાં પહોંચી જાય છે. સાગરને તેના પર કોઈ દયા નથી. અતિશય અને પ્રવાહ અનિવાર્યપણે સમુદ્ર તરફ દોરી જાય છે. અને જે માણસ માને છે, ઘણી વખત માનનાર માણસમાં શક્તિનો અભાવ હોય છે. હકીકતમાં, તે નપુંસકતા છે જે વ્યક્તિને વિશ્વાસ કરાવે છે. તેના કારણો છે. ક્લેવિટી માને છે. કારણ કે યાદ રાખો, અન્યમાં વિશ્વાસ એ તમારામાં વિશ્વાસનો અભાવ સૂચવે છે.

નિર્વિવાદ માન્યતા એ આત્મવિશ્વાસના અભાવનો પુરાવો છે.

વ્યક્તિ જેટલી ઓછી પોતાની જાત પર વિશ્વાસ રાખે છે, તેટલો તેને બીજામાં વધુ વિશ્વાસ હોય છે. અને જે વ્યક્તિને પોતાનામાં સંપૂર્ણ વિશ્વાસ હોય તેને બીજામાં વિશ્વાસની જરૂર હોતી નથી. પોતાનામાં વિશ્વાસ રાખવાની એક વાત છે, બીજામાં વિશ્વાસ રાખવાની બીજી વાત છે. અને તમારે તમારામાં વિશ્વાસ રાખવાની જરૂર નથી કે તમે પ્રયત્ન કરશો અને તે થશે. જો તમે પ્રયત્ન કરશો, તો તે જૂઠ હશે. જે વ્યક્તિ પ્રયત્ન કરશે અને પોતાનામાં વિશ્વાસ કરશે, બે બાબતો નક્કી થાય છે - એક મૂળભૂત રીતે પોતાનામાં અવિશ્વાસ. પછી તેણે પ્રયાસ કરવો

પડશે. વ્યક્તિ પ્રયત્ન કરે છે અને માને છે. અને જેને પોતાનામાં વિશ્વાસ હતો, તે પોતાની શ્રદ્ધાથી કેટલો મજબૂત બની શકે? ના, ત્યાં કોઈ બળ હશે નહીં, ફક્ત ટોચ પર એક લેબલ અટકી જશે, જેને સરળતાથી ફાડી શકાય છે. તે ત્વચા ઊંડી પણ નહીં હોય, ફક્ત ત્વચાને ફાડી નાખો અને તે દરેક જગ્યાએ વહેશે.

તેથી જ આપણે બીજામાં વિશ્વાસ કરીએ છીએ. કોઈ બુદ્ધમાં, કોઈમાં મહાવીર, કોઈકમાં રામ, કોઈક મોહમ્મદમાં, કોઈકમાં કૃષ્ણ - આમાં રામ, કૃષ્ણ, બુદ્ધનો કોઈ દોષ નથી, આપણે નબળા છીએ. આપણને ડર છે કે આપણે એકલા ઊભા રહી શકીશું નહીં, તેથી આપણે ઊભા રહેવા માટે કોઈનો સહારો લેવો જોઈએ. મને ડર છે કે હું મારી જાત પર વિશ્વાસ કરી શકીશ નહીં, હું કોઈ બીજા પર વિશ્વાસ કરીશ. અન્ય પ્રત્યેની આ માન્યતા એ અવેજી છે, તેથી પોતાનામાં રહેલી શ્રદ્ધાની ઉણપને ભરવાનો ઉપાય છે, પણ તે ક્યારેય ભરાતો નથી, ભરી શકતો નથી. બીજાનો ભરોસો આત્મવિશ્વાસ વધારી શકતો નથી, તે તેને ઘટાડતો રહેશે. અને તેમાં ઘટાડો થતો રહેશે.

મેં જે કહ્યું તે માનશો નહીં, એવું નથી કહ્યું કે તમારામાં વિશ્વાસ ન કરો. વાસ્તવમાં આ તમારી માન્યતાનો પ્રશ્ન નથી, તમારી જાતને ઓળખો. એ ઓળખમાં તાકાત હશે. એ શક્તિમાંથી વિશ્વાસ આવશે, એ ભરોસામાંથી વિશ્વાસ જન્મશે, એવું કરવાની જરૂર નહીં પડે.

બાળકને તેના પગ પર વિશ્વાસ કરવાની જરૂર નથી. આપણે ચાલવાનું છે, ચાલવાથી આપણે માનીએ છીએ કે આપણા પગ છે અને ચાલી શકીએ છીએ. બાળકને પહેલા શીખવાની જરૂર નથી કે મને મારા પગ પર વિશ્વાસ છે તો જ હું ચાલી શકીશ. જ્યારે હું ચાલું છું, ત્યારે મને આત્મવિશ્વાસ મળે છે, કારણ કે ચાલવાથી મને ખ્યાલ આવે છે કે મારા પગ ચાલી શકે છે, અગાઉથી વિશ્વાસ કરીને નહીં. માનીને ચાલી પણ શકતા નથી. હા, જે લંગડો છે તે પહેલા વિશ્વાસ કરશે. હું ચાલીશ, હું ચાલીશ અને તમને કહીશ, અને પછી તમે પહેલા શોધી શકશો કે એ પગથિયું પડી ગયું અને વિશ્વાસ બધો ચકનાચૂર થઈ ગયો. પછી તે કોઈ બીજા પર ભરોસો કરશે અને બીજું કોઈ કરશે. ભગવાનની કૃપાથી લંગડા લોકો પણ પહાડો ચડી શકે છે! શાસ્ત્રો વાંચીશું અને વિચારીશું, ભગવાનની કૃપાથી ચડીએ, ચાલવાથી આત્મવિશ્વાસ આવે છે.

જ્યારે મેં કહ્યું કે વિચારો, તમે જેટલું વધુ વિચારશો, તેટલો વધુ આત્મવિશ્વાસ મળશે. કારણ કે તમે જેટલું વધુ વિચારવા સક્ષમ થશો, તેટલો જ તમને તમારા આત્મામાં વિશ્વાસ હશે, જેમ બાળકમાં ચાલવાનો વિશ્વાસ છે. તે વિશ્વાસ, તે વહેતી શક્તિ, સમુદ્ર તરફ લઈ જાય છે. સમુદ્ર

સુધી પહોંચવાનો કોઈ પ્રશ્ન નથી, આપણે સમુદ્ર સુધી ચોક્કસ પહોંચીશું. માત્ર વહેવા અને જોવા માટે પૂરતી તાકાત હોવી જોઈએ.

જો આપણે નદીને સમુદ્ર સુધી પહોંચવાનો માર્ગ માનીએ, તો આપણને કોઈ ખ્યાલ નથી, નદી માટેના રસ્તા પર કોઈ માઈલસ્ટોન ચિહ્નિત નથી, કે અહીંથી જતી વખતે, ડાબે વળો, તે કહેવા માટે કોઈ પોલીસકર્મીઓ ચોક પર ઉભા નથી. સમુદ્ર પૂર્વ છે તમે પશ્ચિમ તરફ ક્યાં દોડી રહ્યા છો? નદી વહે છે! અજાણ્યા, અજાણ્યા રસ્તાઓ તોડીને તે ભાગી જાય છે. જ્યાં પણ રસ્તો મળે છે, તે બનાવવામાં આવે છે, તે ભાગી જાય છે અને ત્યાં કોઈ પૂર્વ નિર્મિત માર્ગ નથી જે તેના દ્વારા પહોંચવા માટે તૈયાર છે. ઘણા રેલ્વે ટ્રેક નથી, નદીનો રેલ્વે ટ્રેક તૈયાર છે, રેલ્વેના ડબ્બા દોડી રહ્યા છે!

માણસ નદીઓ જેવો નથી, તે રેલ્વેના કોચ જેવો થઈ ગયો છે, તેણે નદીઓ જેવું હોવું જોઈએ. પાટા બાંધવામાં આવે છે, હિંદુઓના પાટા બાંધવામાં આવે છે, મુસ્લિમોના પાટા બાંધવામાં આવે છે. બોક્સ ચાલી રહ્યા છે. જો ટ્રેકમાં સહેજ પણ વિચલન થાય તો કોચ અથડાય છે અને હિંદુ-મુસ્લિમ રમખાણો થાય છે.

પછી કોચ બેસે છે અને પોતપોતાના ટ્રેક પર સવારી કરે છે, અને બમણી તાકાતથી તેમના ટ્રેકને પકડી રાખે છે.

પરંતુ, નદીઓ આ રીતે વહેતી નથી. ત્યાં કોઈ બાંધી લીક્સ નથી. સાગરનો કોઈ પત્તો નથી. હું ફક્ત મારી જાત પર વિશ્વાસ કરું છું. વાસ્તવમાં જો આપણે બરાબર સમજીએ તો નદી પોતાની મેળે વધતી જતી મહાસાગર બની જાય છે, તે મહાસાગરની શોધમાં નથી જતી. પોતાનામાં શ્રદ્ધા રાખવાથી માણસ ધીરે ધીરે ભગવાન બની જાય છે. ભગવાનને શોધવા ક્યાંય જવું પડતું નથી. માણસનો જ્યારે પોતાનામાં આત્મવિશ્વાસ વધતો જાય છે, ત્યારે એક દિવસ અચાનક તેને ખ્યાલ આવે છે કે તે માણસ નથી, તે એક મહાસાગર બની ગયો છે. આ વિશ્વાસ નથી, આ વિશ્વાસ નથી, આ વિશ્વાસ નથી. એક દિવસ તે જ્ઞાન બની જાય છે. વિચારથી જે થાય છે તે જ્ઞાન સુધી પહોંચે છે. વિશ્વાસ સાથે

જો કોઈ ફરે છે, તો તે કાયમ અજ્ઞાનમાં રહે છે. કારણ કે શ્રદ્ધા કામ કરતી નથી, શ્રદ્ધા કામ કરી શકતી નથી. શ્રદ્ધામાં કોઈ હલચલ નથી.

એક મિત્રે પૂછ્યું, ચમત્કારો વિશે તમારો શું મત છે?

જ્યારે આપણે ચમત્કાર શબ્દનો ઉપયોગ કરીએ છીએ, ત્યારે સંતો અને સાધુઓ મનમાં આવે છે. અસંસ્કારીઓ વિશે તમારો અભિપ્રાય શું છે તે પૂછ્યું હોત તો સારું થાત? મદારીઓ બે પ્રકારના હોય છે - એક

જે યોગ્ય રીતે મદારી હોય, ‹પ્રામાણિક›. તેઓ રસ્તાના આંતરછેદ પર ચમત્કાર કરે છે. બીજા એવા દારૂડિયા, ‹બેઈમાન›, બેઈમાન! સાધુ-સંતો પ્રત્યેની તેમની ભક્તિ સાબિત કરીને તેઓ એ જ ચમત્કારો બતાવે છે જે રસ્તા પર બતાવવામાં આવે છે. પ્રામાણિક શરાબીનું સ્વાગત છે કારણ કે તેમાં એક કળા છે. અપ્રમાણિક શરાબી પાપી છે, ગુનેગાર છે, કારણ કે નશાના આધારે, તે કંઈક બીજું માંગે છે.

ગયા વર્ષે જ હું એક ગામમાં હતો. એક વૃદ્ધ માણસ આવ્યો. મિત્રો આવ્યા હતા અને કહ્યું હતું કે તેઓ તમને કોઈ કામ બતાવવા માગે છે. મેં કહ્યું, બતાવ. તે વૃદ્ધે અદ્ભુત પરાક્રમો કર્યા. રૂપિયો મારી સામે ફેંકતા તે બે ડગલાં ઉપર ગયો અને હવામાં અદૃશ્ય થઈ ગયો. પછી તેણે બોલાવ્યો, તે હવામાં બે પગ દેખાયા અને તેના હાથમાં આવ્યો. મેં પેલા વૃદ્ધને કહ્યું, તમે મહાન ચમત્કાર કરો છો. તેણે કહ્યું, ના, તે કોઈ ચમત્કાર નથી. તે માત્ર હાથની કરામત છે. મેં કહ્યું, તું પાગલ છે! સત્ય સાઈ બાબા બની શક્યા હોત, તમે શું કરો છો? તમે આવી સાચી વાતો કેમ કરો છો? આટલી પ્રમાણિકતા યોગ્ય નથી. લાખો લોકો તમારી મુલાકાત લેશે. તારે મને મળવા આવવું ન પડત, મેં તને જોયો હોત.

વૃદ્ધ માણસ હસવા લાગ્યો. તેણે કહ્યું, ચમત્કારિક કંઈ નથી. તે માત્ર હાથની કરામત છે. તેની સામે કોઈએ મને મીઠાઈ ભેટમાં આપી હતી - તેણે લાડુ ઉપાડ્યો, મોંમાં નાખ્યો, તેને ચાવ્યો અને પાણી પીધું. પછી તેણે કહ્યું ના, તેને તે ગમ્યું નહીં. પછી તેણે પોતાનું પેટ જોરથી ખેંચ્યું અને લાડુ કાઢીને તેની સામે મૂક્યો. મેં કહ્યું, હવે તે ચોક્કસપણે એક ચમત્કાર છે. તેણે કહ્યું ના. હવે જો તમે ફરીથી કહો તો હું બતાવી શકીશ નહીં, કારણ કે લાડુ છુપાવીને આવ્યો હતો અને મેં જ તે લાડુને ભેટ તરીકે મોકલ્યો હતો. આ પહેલા જેણે આપ્યું છે તે પોતાનો માણસ છે.

પણ તે એક પ્રામાણિક માણસ છે, સારો માણસ છે. આ દારૂડિયા ગણાશે. જો કોઈ તેમને સંત માનતું હોય તો તે ખરાબ નહોતું, કમસેકમ તે પ્રમાણિક હતા.

પરંતુ ડાકણો પાસે મગજ હોય છે, અને તેઓ તે જ કરે છે. કોઈ રાખના બંડલ કાઢી રહ્યું છે, કોઈ તાવીજ કાઢી રહ્યું છે, કોઈ હવામાંથી સ્વિસ બનાવટની ઘડિયાળો કાઢી રહ્યું છે. અને નાના, સામાન્ય નહીં - જેમને આપણે સામાન્ય નથી કહીએ, તેઓ રાજ્યપાલો, કુલપતિઓ, હાઈકોર્ટના ન્યાયાધીશો છે, તેઓ પણ મદારીઓની સામે હાથ જોડીને ઉભા છે. આ માત્ર એટલું જ દર્શાવે છે કે આપણા ન્યાયાધીશો, આપણા વાઈસ ચાન્સેલરો, આપણા રાજ્યપાલો પણ ગ્રામજનોથી ઉપર નથી આવી શક્યા. તેની બુદ્ધિમત્તા પણ એક સામાન્ય ગ્રામીણ માણસ કરતાં

વધુ નથી. ફરક એટલો છે કે ગ્રામીણ માણસ પાસે પ્રમાણપત્ર નથી, તેની પાસે પ્રમાણપત્રો છે. આ પ્રમાણપત્રો ગ્રામીણ છે.

આ ચમત્કાર - ચમત્કાર જેવી વસ્તુ આ જગતમાં દરેકમાં બનતી નથી, બની શકતી નથી. આ જગતમાં જે કંઈ થાય છે તે નિયમો પ્રમાણે થાય છે. હા, આ શક્ય છે, અમે નિયમો જાણતા નથી. શક્ય છે કે આપણે કારણ અને અસર વિશે જાણતા ન હોઈએ. શક્ય છે કે અમુક કડી, અમુક ભાગ અજાણ્યા હોય, જે આપણી મુઠ્ઠીમાં નથી, તેથી પછીની કડીઓ સમજવી બહુ મુશ્કેલ બની જાય છે.

બાકુમાં - 1917 પહેલા, જ્યારે રશિયામાં ક્રાંતિ થઈ - 1917 પહેલા, બાકુમાં એક મંદિર હતું. એ મંદિર પાસે દર વર્ષે મેળો ભરતો. તે વિશ્વનો સૌથી મોટો મેળો હતો. લગભગ બે કરોડ લોકો ત્યાં ભેગા થતા હતા. અને તે ખૂબ જ ચમત્કારિક સ્થળ હતું, મંદિરનું સ્થાન. તે અગ્નિનું મંદિર હતું અને કોઈ ચોક્કસ દિવસે, ચોક્કસ ઘડીએ, તે અગ્નિ મંદિરમાં આપમેળે અગ્નિ ઉત્પન્ન થતો હતો. વેદી પર અગ્નિની જ્વાળાઓ દેખાતી. લાખો લોકો ઉભા રહીને જોતા. ત્યાં કોઈ છેતરપિંડી ન હતી, કોઈ જીવન ન હતું, કોઈએ અગ્નિ પ્રગટાવ્યો ન હતો, કોઈ વેદીની નજીક આવ્યું ન હતું. તે વેદી પર આગ તેની જાતે દેખાઈ, ચમત્કાર પ્રચંડ હતો. સેંકડો વર્ષોથી પૂજા થતી હતી, ભગવાન સ્વયં અગ્નિ સ્વરૂપે પ્રગટ થતા.

પછી 1917 માં રક્તક્રાંતિ થઈ. જે લોકો આવ્યા તેઓ માનતા ન હતા, તેઓએ લાકડીઓ ઉખાડીને ફેંકી દીધી અને ખાડા ખોદ્યા. બહાર આવ્યું છે કે, ત્યાં તેલના ઊંડા કુવાઓ છે - કેરોસીનના. પરંતુ તેમ છતાં તે સ્પષ્ટ થયું કે કેરોસીન તેલના ઘર્ષણથી પણ આગ ઉત્પન્ન થાય છે, પરંતુ તે ફક્ત ખાસ દિવસોમાં જ થયું હતું. પછી વધુ સંશોધન કરવું પડ્યું અને જાણવા મળ્યું કે જ્યારે પૃથ્વી કોઈ ચોક્કસ ખૂણા પર હોય છે, તે નમેલી હોય છે, ત્યારે જ નીચે તેલમાં ઘર્ષણ થાય છે. તેથી ચોક્કસ દિવસે આ આગ દર વર્ષે લાગે છે. જ્યારે આ સ્પષ્ટ થયું, ત્યારે મેળો ત્યાં યોજાવાનો બંધ થઈ ગયો. આગ હજી પણ ત્યાં બનાવવામાં આવે છે, પરંતુ હવે કોઈ એકત્ર થતું નથી. કારણ કે કામ અને કારણ જાણવામાં આવતા મામલો સ્પષ્ટ થઈ ગયો છે. અગ્નિ દેવ હજુ પણ દેખાય છે, પરંતુ તે કેરોસીન દેવ છે, હવે અગ્નિ દેવ નથી. ચમત્કાર જેવી કોઈ વસ્તુ નથી. ચમત્કારનો અર્થ એટલો જ છે કે કંઈક એવું છે જે અજાણ્યું છે, કંઈક છુપાયેલું છે, કોઈ સ્પષ્ટ કડી નથી, તે થઈ રહ્યું છે.

આફ્રિકામાં એક પથ્થર છે, જે પાણી અને વરાળ પીવે છે, તેને પારસ કહેવાય છે, તેમાં થોડા કાણાં છે, તે વરાળ પીવે છે. તો વરસાદમાં તે વરાળ પીવે છે, ઘણી બધી વરાળ પીવે છે. તે પથ્થર કોઈ ફિલોસોફરનો

પથ્થર હોય તેવું દેખાતું નથી, પણ તે સ્પંજી છે. તેની મૂર્તિ બને છે. જ્યારે મૂર્તિ ગરમ થાય છે, જેમ કે તે હવે સૂર્યથી છે, તે પરસેવો શરૂ કરે છે. આ પ્રકારના પત્થરો વિશ્વના અન્ય ભાગોમાં પણ જોવા મળે છે. પંજાબમાં એક પ્રતિમા છે, તે જ પથ્થરની બનેલી છે. જ્યારે ગરમી હોય છે, ત્યારે ભગવાનને પરસેવો થાય છે તે બતાવવા માટે ભક્તો મૂર્તિને પંખો લગાવે છે. અને એક મોટી ભીડ ભેગી થાય છે, કારણ કે તે એક મોટો ચમત્કાર છે - પથ્થરની પ્રતિમાને પરસેવો થવો!

તેથી હું તે ગામમાં રહેતો હતો ત્યારે એક સજ્જન મારી પાસે આવ્યા અને કહ્યું કે તમે મજા કરો છો. તમે જાઓ અને સામે જુઓ. ભગવાન પરસેવો પાડે છે. અને તમે મજા કરો છો! તમે કહો છો કે, તું વહેલી સવારે ભગવાનને કેમ પ્રાર્થના કરે છે, તું ગાંડો થઈ ગયો છે? શું તમે તમારા દાંતમાં પથ્થર રાખો છો? તમે પાગલ થઈ ગયા છો! તમે કહો, ભગવાન સૂઈ જશે, હવે આપણે ભોજન કરીશું. જ્યારે તેઓ પરસેવો કરે છે, ત્યારે બાકીનું બધું પણ સારું થઈ શકે છે. તે સાચો છે, તેને કોઈ ખ્યાલ નથી કે પથ્થર પારસ છે. તે વરાળ શ્વાસમાં લે છે, ગરમ લાગે છે અને પરસેવો થાય છે. તમારામાં જે રીતે પરસેવો વહે છે, તે પણ તે જ રીતે વહેવા લાગે છે. તમારામાં પણ પરસેવો ચમત્કાર નથી. તમારું શરીર સુકાયેલું છે, તેથી તે પાણી પીવે છે, અને જ્યારે તે ગરમ હોય છે, ત્યારે શરીરની પોતાની એર કન્ડીશનીંગ સિસ્ટમ હોય છે. તે પાણીને છોડે છે, જેથી પાણીનું બાષ્પીભવન થાય છે અને શરીરને વધારે ગરમી ન લાગે. તે પથ્થર પણ પાણી પી ગયો છે. પરંતુ જ્યાં સુધી આપણે જાણીએ ત્યાં સુધી તે ખૂબ જ મુશ્કેલ છે. ત્યારે આ સંદર્ભે તેમણે કારણ પૂછ્યું હતું તે થશે, મને લાગે છે. બીજી બે બાબતો સમજવી જોઈએ.

એક વાત છે કે સંત કદી ચમત્કાર ના કરે! કરશે નહીં, કારણ કે કોઈ સંત તમારી અજ્ઞાનતા વધારવા માંગશે નહીં અને કોઈ સંત તમારા અજ્ઞાનનો ઉપયોગ કરવા માંગશે નહીં. સંત તમારું અજ્ઞાન તોડવા માગે છે, વધારતા નથી. અને ચમત્કાર બતાવીને શું થશે? અને તે ખૂબ જ રસપ્રદ બાબત છે, કારણ કે કોઈ પૂછે છે કે જેઓ રાખના પોટલા કાઢે છે, આકાશમાંથી તાવીજ છોડે છે... તેઓ આટલી મહેનત કેમ કરે છે, જેમનું પેટ રાખના પોટલાથી ભરાશે? આકાશમાંથી પરમાણુ ભઠ્ઠીઓ ઉતારો, કાંઈક કામ થશે! જમીન પર લાવો, જમીન પર લાવો - ઘઉં માટે અમેરિકા સાથે હાથ મિલાવો! અને વાસ્તવિક ચમત્કારો અહીં થઈ રહ્યા છે. તો તમે ઘઉં કેમ ઉતારતા નથી? રાખના પોટલાથી શું થશે, ઘઉંનો વરસાદ કરો!

જ્યારે તમે ચમત્કાર કરી રહ્યા હો તો એવો ચમત્કાર કરો કે તેનાથી દેશને થોડો ફાયદો થાય. આ વિશ્વનો સૌથી ગરીબ દેશ છે, અને અહીં સૌથી વધુ ચમત્કારો થઈ રહ્યા છે! પૈસા વરસાવો, સોનું વરસાવો, માટીને સોનામાં ફેરવો. જો તમે ચમત્કાર કરવા માંગતા હો તો કંઈક આ રીતે કરો. જો સ્વિસ બનાવટની ઘડિયાળ ચમત્કાર સાબિત થાય તો શું ફાયદો થશે? કમસેકમ મેડ ઈન ઈન્ડિયા પણ બહાર લાવો. તો શું થવાનું છે? મદારીગીરીથી શું થશે? આ ગાંડપણમાં આપણે કયા ભ્રમમાં ભટકી ગયા છીએ તે વિશે ક્યારેય વિચારવું જોઈએ?

છેલ્લાં અઢી હજાર વર્ષથી આપણે આ પાગલોના મામલામાં વ્યસ્ત છીએ. અને આપણે એવા કેવા લોકો છીએ કે આપણે એવું નથી પૂછતા કે તમે રાખનું પોટલું કાઢ્યું છે તો હવે તેનો અર્થ શું છે, ત્યાં શું છે? એક ચમત્કાર થયો, એકદમ ચમત્કાર, પણ રાખના બંડલથી બનેલા હોવાનો અર્થ શું છે? કંઈક બીજું સાથે આવે, કંઈક ઉપયોગી સાથે આવે. તે કંઈપણ મેળવી શકતા નથી! ના, તો પછી આ દેશ નિરાધાર અને ગરીબ કેમ રહે? અહીં કોઈ ચમત્કારિક સંતનો જન્મ થાય તો બધું સારું થઈ જાય!

તેઓ એક હજાર વર્ષ સુધી ગુલામ હતા, અને અહીં એવા ચમત્કારો પડ્યા છે જેનો કોઈ હિસાબ નથી. ગુલામીની સાંકળો કાપી શકાતી નથી. એવું લાગે છે કે અંગ્રેજની સામે ચમત્કારો કામ કરતા નથી. ચમત્કાર માટે ભારતીય હોવું જરૂરી છે કારણ કે જો ખોપરીમાં થોડો વિચાર પણ ચાલે તો ચમત્કાર કપાઈ જવાનો ભય રહે છે. તેથી જ્યાં વિચાર છે, ત્યાં તમે ચમત્કાર જરા પણ કરી શકશો નહીં. બધામાં સૌથી મોટો ચમત્કાર એ નથી કે લોકો ચમત્કાર કરે છે. સૌથી મોટો ચમત્કાર એ છે કે આપણે પોતે ચમત્કાર થતા જોઈ રહ્યા છીએ, જોઈ રહ્યા છીએ અને ઘર બેઠા તેની ચર્ચા કરીએ છીએ.

કે એક ચમત્કાર થઈ રહ્યો છે! અને ખોવાયેલી ઘડિયાળ બહાર લાવવા માટે કોઈ જઈને આ ચમત્કારી લોકોનું ગળું પકડીને પૂછે છે કે શું વાત છે, શું કરો છો? એવું થતું નથી.

આપણે હાથ-પગ જોડીને ઊભા છીએ... તેનું એક કારણ છે! આપણી અંદર નબળાઈઓ છે. જ્યારે રાખનું બંડલ બહાર આવે છે, ત્યારે આપણે વિચારીએ છીએ કે કદાચ પછીથી વધુ બહાર આવશે! રાખના ઢગલાથી કંઈ થવાનું નથી, ભવિષ્યમાં બીજી કોઈ શક્યતા છે. આશા છે. અને કોઈ બીમાર છે, કોઈને નોકરી મળી નથી. કોઈની પત્નીનું અવસાન થયું છે, કોઈના પ્રેમમાં પડ્યા છે, કોઈના કેસ ચાલી રહ્યા છે, દરેકને દુઃખ છે. તેથી એવું લાગે છે કે જે વ્યક્તિ આ કરી રહી છે તે તેના દુઃખને પણ અમુક અંશે ઓછું કરી રહી છે. તેની પાછળ દોડો.

રોગ, ગરીબી, મુસીબતો, ગૂંચવણો એ કારણો છે જેના કારણે આપણે ચમત્કારોની પાછળ દોડીએ છીએ. શું કોઈ ધાર્મિક જિજ્ઞાસાનું કારણ છે? તેને ધાર્મિક જિજ્ઞાસા સાથે કોઈ લેવાદેવા નથી. આને ધાર્મિક જિજ્ઞાસા સાથે કોઈ લેવાદેવા નથી. આ બધી બાબતો સાથે ધાર્મિક જિજ્ઞાસાનો ઉકેલ શું હશે? પરંતુ લોકો તે કરતા રહેશે, કારણ કે આપણે ઊંડી અજ્ઞાનતામાં છીએ, ઊંડી માન્યતામાં છીએ. લોકો કરતા રહેશે અને શોષણ થતું રહેશે. વૃદ્ધ મન એક ચમત્કારિક માણસ પેદા કર્યો હતો. પરંતુ જે સમુદાયોએ ચમત્કારિક મન બનાવ્યું તેમણે વિજ્ઞાનનું સર્જન કર્યું નથી.

યાદ રાખો, એક ચમત્કારિક મન ત્યારે જ ઉત્પન્ન થઈ શકે છે જ્યાં વૈજ્ઞાનિક મન હોય. જ્યાં વિજ્ઞાન વિરોધી મન હોય છે. જ્યાં વિજ્ઞાન આવશે ત્યાં ચમત્કારો મરી જશે. કારણ કે વિજ્ઞાન કહેશે કે આપણે ચમત્કારને કારણ અને અસરમાં માનીએ છીએ. અમે કારણ અને અસરમાં માનીએ છીએ. વિજ્ઞાન કોઈ ચમત્કારમાં માનતું નથી. હવે મામલો કેટલો અદ્ભુત છે. વિજ્ઞાન કોઈ ચમત્કારમાં માનતું નથી, તેણે હજારો ચમત્કારો કર્યા છે. જો કોઈ સંતે આમાંથી એક પણ બનાવ્યું હોત તો આપણે હજારો-લાખો વર્ષો સુધી તેની પૂજા કરી હોત. હવે આ પંખો ચાલે છે, આ માઈક અવાજ કરી રહ્યું છે. આ કોઈ ચમત્કાર નહીં હોય, કારણ કે આ વિજ્ઞાને કર્યું છે અને વિજ્ઞાન કંઈ છુપાવતું નથી. તમામ કારણો અને અસરો દર્શાવે છે. માણસનું હૃદય બદલાઈ રહ્યું છે. બીજાનું હૃદય તેના માટે કામ કરે છે. માણસના શરીરના તમામ અંગો બદલવામાં આવી રહ્યા છે.

આજે નહીં પણ કાલે આપણે માણસની યાદશક્તિ પણ બદલી શકીશું. તેની પણ શક્યતા વધી રહી છે. જરૂરી નથી કે આઈન્સ્ટાઈનનું મન મરી જાય! આઈન્સ્ટાઈન મૃત્યુ પામ્યા છે, આપણે તેમની યાદશક્તિને બચાવી શકીએ છીએ અને તેને નવા બાળકમાં ટ્રાન્સપ્લાન્ટ કરી શકીએ છીએ. આવા મહાન ચમત્કારો થાય છે, પરંતુ કોઈ મૂર્ખ માણસ એમ નહીં કહે કે આ ચમત્કારો છે. કહેશે, આવો ચમત્કાર શું છે? અને કોઈક માણસના ફોટા પરથી રાખ પડી રહી છે, આપણે હાથ જોડીને એમ વિચારીએ છીએ કે કોઈ ચમત્કાર થઈ રહ્યો છે, એ બહુ મોટું આશ્ચર્ય છે! અવૈજ્ઞાનિક મન વિજ્ઞાન વિરોધી છે. વિજ્ઞાને ઘણા ચમત્કારો સર્જ્યા છે જેનો આપણને ખ્યાલ પણ નથી આવતો, કારણ કે વિજ્ઞાન ચમત્કારનો દાવો કરતું નથી. વિજ્ઞાન એક ખુલ્લું સત્ય છે, એક ખુલ્લું રહસ્ય છે.

અને આ બેઈમાન લોકોની દુનિયા છે... તેથી જ જો કોઈ યુક્તિ જાણતો હોય, તો તે તેને ખુલ્લી રાખી શકતો નથી, કારણ કે જો તમે તેને ખોલો છો, તો ચમત્કાર ખોવાઈ જાય છે. તેથી આવા દેશનું જ્ઞાન દરરોજ વધે છે. જો હું કંઈક જાણું છું અને કોઈ ચમત્કાર કરવા માંગું

છું, તો પ્રથમ આવશ્યકતા એ છે કે મારે તેની પાછળનું રહસ્ય જાહેર ન કરવું જોઈએ. આયુર્વેદનો ઘણો વિકાસ થયો, પરંતુ આયુર્વેદના ડૉક્ટર ચમત્કાર કરી રહ્યા હતા. તેથી જ આયુર્વેદ પાછળ રહી ગયો. નહીંતર આયુર્વેદની આજની સ્થિતિ એલોપથી કરતાં ઘણી આગળ હોત. કારણ કે એલોપેથીની શોધ ઘણી નવી છે. આયુર્વેદની શોધ ઘણી જૂની છે. તેથી, જે કંઈ વૈદ્ય જાણતો હોય તે તેણે તેના પુત્રને પણ ન જણાવવો જોઈએ, નહીં તો ચમત્કાર ખોટો થઈ જશે. મજા માણવા માંગે છે! ટીકા, મહોર અને પાઘડી વગેરે લગાવીને બેસી જશે અને મરી જશે. તેણે જે શીખ્યા તે છુપાવવામાં આવશે, કારણ કે જો તે આખી વાર્તા કહેશે તો ચમત્કાર થશે નહીં, પરંતુ પછી વિજ્ઞાનને રોકવું પડશે. ભારતમાં કોઈ વિજ્ઞાન નથી બન્યું. જે માણસ જાણે છે, તે છુપાવે છે.

તે ક્યારેય કોઈને તેના વિશે જાણ કરશે નહીં, કારણ કે તે બહાર આવ્યું છે કે ચમત્કાર સમાપ્ત થઈ ગયો છે. આ કારણે આપણા દેશમાં જ્ઞાનના કિરણો અનેકવાર દેખાયા, પરંતુ જ્ઞાનનો સૂર્ય કદી ન બની શક્યો, કારણ કે દરેક કિરણો મરી ગયા. અને આપણે ક્યારેય તેને વારસો બનાવી શક્યા ન હતા જેથી કરીને આપણે તેને આગળ વધારી શકીએ. તેને આપવામાં એક ડર છે, કારણ કે તમે આપો તો કમસેકમ તે જાણશે!

મારી પાસે એક મહિલા પ્રોફેસર હતી - તે સંસ્કૃતની પ્રોફેસર હતી. એ જ રીતે, તે એક જાદુગરની જાળમાં ફસાઈ ગઈ, જેના ફોટામાંથી રાખ પડી અને તાવીજ નીકળ્યું.

છે. તેણે આવીને મારા આશીર્વાદ માંગ્યા કે હવે હું બધું છોડીને જાઉં છું. મને ભગવાન મળ્યા છે. હવે હું અહીં ક્યાં પડી રહીશ? તમે મને આશીર્વાદ આપો. મેં કહ્યું, આશીર્વાદ માંગવા જેવું છે કે કોઈ આવીને કહે કે હવે હું કૂવામાં પડી જઈશ ને હું તેને આશીર્વાદ આપું. હું આપીશ નહીં. તમે આનંદથી કૂવામાં પડી શકો છો, પરંતુ ધ્યાનમાં રાખો કે મેં તમને આશીર્વાદ આપ્યા નથી. કારણ કે મારે આ પાપમાં શા માટે ભાગ લેવો જોઈએ? તું મરી જા, હું ફસાઈ જાઉં. હું આ નહીં કરું. તમે જાઓ, આનંદ સાથે પડો. પણ જે દિવસે તમને ખબર પડશે કે તમે કૂવામાં પડી ગયા છો અને જો તમે બચી શકવા સક્ષમ છે તો મને ચોક્કસ જાણ કરજો.

પાંચ-સાત વર્ષ વીતી ગયા, મને યાદ પણ ન આવ્યું કે પેલી સ્ત્રીનું શું થયું, શું ન થયું. તાજેતરમાં જ્યારે હું બોમ્બેમાં એક મીટીંગમાં બોલી રહ્યો હતો ત્યારે તેણે આવીને મને કહ્યું કે તમે જે કહ્યું તે થઈ ગયું. તો હું ક્યારે આવીને તમને આખી વાત કહું, પણ મહેરબાની કરીને બીજા કોઈને કહો નહીં. મેં કહ્યું કેમ? તેણે કહ્યું, હું તે પણ કાલે કહીશ. તે કાલે આવશે! તેણે કહ્યું, હવે બહુ મુશ્કેલ થઈ ગયું છે, હવે હું એ જ સંતની

પ્રાઈવેટ સેક્રેટરી બની ગઈ છું જેના તાવીજ આકાશમાંથી બહાર આવતા જોઈને હું પ્રભાવિત થઈ ગઈ હતી. હવે હું બજારમાંથી તેના તાવીજ ખરીદું છું અને પલંગની નીચે છુપાવું છું. અભિવ્યક્તિના બધા રહસ્યો જાણીતા છે. હવે હું પણ જાહેર કરી શકું છું. પણ હું ભારે મુશ્કેલીમાં છું. તે ચમત્કારથી જ અમે આવ્યા. હવે એ ચમત્કાર પૂરો થઈ ગયો છે. હવે મારે શું કરવું જોઈએ? હવે જો હું ત્યાંથી નીકળીને પાછી આવીશ તો તે વધુ મુશ્કેલ બનશે.

હું કોલેજમાં નોકરી કરતી હતી, મને સાતસો રૂપિયા મળતા હતા. હવે મને દર મહિને લગભગ બે-અઢી હજાર રૂપિયાનો નફો થશે. અને મારી પાસે એટલા પૈસા આવે છે કે હું ગમે તેટલા ખર્ચું તો પણ વાત જુદી છે, તેનો કોઈ હિસાબ નથી. તેથી જ હું આવી શકતી નથી. તેથી જ હું તમને કહું છું. કૃપા કરીને બીજા કોઈને કહો નહીં. હવે મારું કામ બરાબર ચાલી રહ્યું છે. હવે નોકરી છે, પણ હવે ચમત્કાર અને આધ્યાત્મિકતા સાથે કોઈ લેવાદેવા નથી!

તેથી જ આપણે જાણતા નથી - તે બધું યજ્ઞ ચાલે છે! જ્ઞાન જાણીતું છે – તે પ્રગટ થવા આતુર છે. અપ્રમાણિકતા હંમેશા છુપાયેલ રહેવા માંગે છે. જ્ઞાન હંમેશા પ્રગટ થાય છે, અપ્રમાણિકતા હંમેશા છુપાયેલી હોય છે. ના, આ દુનિયામાં ચમત્કાર જેવી કોઈ વસ્તુ નથી, ન તો થઈ શકે છે. અને જો તે થાય છે, તો તેની પાછળ કોઈ કારણ હોવું જોઈએ. તે

શક્ય છે કે આજે કારણ ન મળે, કાલે મળી જાય, અથવા પરમ દિવસે મળી જાય.

તે શક્ય છે કે ઈસુએ કોઈના હાથ પર હાથ મૂક્યો અને આંખ સાજી થઈ ગઈ, પરંતુ તે હજી પણ ચમત્કાર નથી. કારણ કે હવે આખી વાત જાણીતી થઈ ગઈ છે. હવે ખબર પડી છે કે કેટલાક અંધ લોકો માત્ર માનસિક રીતે અંધ હોય છે. તેઓ બિલકુલ અંધ નથી, તેઓ માત્ર માનસિક અંધત્વ ધરાવે છે. તેમને માત્ર અંધ બનવાનો જ વિચાર આવે છે અને આ વિચાર એટલો પ્રબળ બની જાય છે કે આંખો કામ કરવાનું બંધ કરી દે છે. જો કોઈ માણસ તેમને ખાતરી આપી શકે કે તેની આંખ ઠીક થઈ ગઈ છે, તો તે તરત જ તેના મગજમાં પાછો આવશે અને આંખના ફંડસ પર કામ કરવાનું શરૂ કરશે.

આજે એ વાત સ્પષ્ટ થઈ ગઈ છે કે સોમાંથી પચાસ રોગો માનસિક છે, આથી માત્ર પચાસ રોગો દવા વગર મટી શકે છે અને સો રોગોમાં પણ પચાસ ટકા રોગ આપણી કલ્પનાને કારણે થાય છે. એ પચાસ ટકા કલ્પના પણ કાપી શકાય. સો સાપમાંથી માત્ર ત્રણમાં જ ઝેર હોય છે - ત્રણ ટકા સાપ. 97 ટકા સાપ સંપૂર્ણપણે બિનઝેરી હોય છે. પરંતુ 97 ટકા

લોકો સાપ કરડવાથી મૃત્યુ પામે છે. ઝેર હતું એટલા માટે નહીં, પરંતુ સાપ કરડ્યો હોવાથી. સાપ કરડવાથી ઓછા લોકો મૃત્યુ પામે છે, મને સાપે ડંખ માર્યો છે, તેથી જ વધુ લોકો મૃત્યુ પામે છે.

તેથી જે સાપમાં કોઈ ઝેર નથી તે તમને ડંખ મારવાથી મારી શકે છે. પછી એક ચમત્કાર થયો. કારણ કે ત્યાં કોઈ ઝેર ન હતું. મરવાનું કોઈ કારણ નથી. જ્યારે સાપ કરડે છે, ત્યારે લાગણી એટલી ઊંડી હોય છે કે તે મૃત્યુ બની શકે છે. પછી તમે મંત્ર દ્વારા બચાવી શકો છો. ખોટો સાપ મારે છે, ખોટો મંત્ર બચાવે છે. ખોટી યુક્તિથી ખોટા રોગથી બચી શકાય છે.

મારી પડોશમાં એક માણસ રહેતો હતો. સાપ સાફ કરવાનું કામ કરતા. તેણે સાપ રાખ્યા હતા. આથી જ્યારે પણ કોઈ સાપનો મોહક આવતો ત્યારે તે ખૂબ જ અવાજ કરતો, ઢોલ વગાડતો અને પુંગી વગાડતો અને ઘણો અવાજ ઊભો કરીને ધુમાડો ફેલાવતો. ત્યારે તેમનો પોતાનો પાળતો સાપ આવ્યો અને માથું મારવા લાગ્યો. જ્યારે સાપ કરડનાર વ્યક્તિ જુએ છે કે સાપ આવ્યો છે, ત્યારે તે સાપને બોલાવે છે. તે કહે, પહેલા હું સાપને પૂછીશ કે તેને કેમ કરડ્યો? હું તેને ઠપકો આપીશ,

હું સમજાવીશ, હું ઓલવીશ. હું તેના દ્વારા ઝેર પરત મેળવીશ. તેથી તેણે ઠપકો આપ્યો, સાપ માફી માંગવા લાગ્યો, તે પડવા લાગ્યો, રોલ કરવા લાગ્યો. પછી સાપ પોતાનું મોં એ જ જગ્યાએ રાખશે જ્યાં તેણે વ્યક્તિને ડંખ માર્યો હતો. ફક્ત તે જ માણસ સારું રહેશે.

લગભગ છ-સાત વર્ષ પહેલાં, તેમના પુત્રને સાપ કરડ્યો હતો અને તે ખૂબ જ મુશ્કેલીમાં હતો, કારણ કે તે છોકરો બધું જ જાણે છે. છોકરો કહે છે, હું આનાથી બચી શકીશ નહીં, કારણ કે હું બધું જાણું છું કે સાપ ઘરનો છે. તે મારી પાસે દોડીને આવ્યો અને તેને કંઈક કરવાનું કહ્યું, નહીં તો છોકરો સાપ કરડવાથી મરી જશે. મેં કહ્યું, જો તમારો પુત્ર સાપના ડંખથી મરી જશે તો ચમત્કાર થશે. તમે કેટલા લોકોને સાપના કરડવાથી બચાવ્યા છે? તેણે કહ્યું કે તે મારા પુત્ર માટે કામ કરશે નહીં. કારણ કે તે બધું જ જાણે છે કે સાપ તેના જ ઘરનો છે. તે કહે છે, આ ઘરનો સાપ છે. જેણે કરડ્યો તેને બોલાવો. તો તમે જાઓ, કંઈક કરો, નહીંતર મારો દીકરો મરી જશે. સાપના ઝેરથી ઓછા લોકો મૃત્યુ પામે છે, વધુ લોકો સાપના કરડવાથી મૃત્યુ પામે છે. જે કરડ્યો તે મુશ્કેલી આપે છે. તે એટલી બધી મુશ્કેલી ઉભી કરે છે કે તેની ગણતરી કરી શકાય તેમ નથી.

મેં સાંભળ્યું છે કે ગામની બહાર એક ફકીર રહેતો હતો. એક રાત્રે તેણે એક કાળો પડછાયો ગામમાં પ્રવેશતો જોયો. તેણે પૂછ્યું તમે કોણ

છો, ક્યાં જઈ રહ્યા છો? તેણે કહ્યું, હું મૃત્યુ છું, અને જો તમે પૂછો તો હું તમને કહું છું કે મારે ગામમાં એક હજાર લોકોને મારવા છે, હું તેમને લઈ જવાનો છું. ફકીર હળવો રહ્યો. ગામમાં રોગચાળો ફેલાયો, લોકો મરવા લાગ્યા. એક મહિનાની અંદર, દસ હજારથી વધુ લોકો મૃત્યુ પામ્યા. ફકીરે કહ્યું, મૃત્યુ પણ જૂઠું બોલવા લાગ્યું? તે ખૂબ હતું, તે દસ હજાર માર્યા ગયા. એક મહિના પછી મૃત્યુ પાછું આવ્યું ત્યારે ફકીરે કહ્યું, રોકો! બહુ થઈ ગયું, આપણે વિચારતા હતા કે જિંદગી બેઈમાન થઈ ગઈ, મૃત્યુ પણ બેઈમાન થઈ ગયું? તમે કહ્યું હતું કે, એક હજારને મારવા પડશે, દસ હજાર લોકો મરી ગયા છે અને હજુ પણ મરી રહ્યા છે.

તે મૃત્યુએ કહ્યું, મેં એક હજાર માર્યા છે, નવ હજાર ગભરાઈને મરી ગયા છે અને હું આજે જતો રહ્યો છું અને લોકો પછી પણ મરતા રહેશે, મારે તેમની સાથે કોઈ સંબંધ નથી. તે પોતે મરી રહ્યા છે. તે આત્મહત્યા છે. આત્મહત્યા એ છે જે આપણે જોઈએ છીએ કે માણસ કૂવામાં ડૂબીને મરી ગયો, આત્મહત્યા એ છે જે માણસ

માનીને મૃત્યુ પામે છે. જો તે મૃત્યુ પામે છે, તો તે પણ આત્મહત્યા છે. આવા આપઘાત પર મંત્ર કામ કરી શકે, તાવીજ કામ કરી શકે, રાખ કામ કરી શકે. સાધુ-સંતોને આની સાથે કોઈ લેવાદેવા નથી. હવે આપણે જાણીએ છીએ કે તેની પાસે માનસિક યુક્તિઓ છે, તેથી તે અંધ છે!

મને એક અંધ છોકરી પણ જોવા મળી, જે માનસિક રીતે અંધ હતી, જેને ડૉક્ટરોએ કહ્યું કે તેને કોઈ રોગ નથી. લકવાગ્રસ્ત લોકોમાંથી લગભગ સિત્તેર ટકા લોકો લકવાગ્રસ્ત થઈ જાય છે. લકવો પગમાં નથી થતો, લકવો મગજમાં થાય છે, સિત્તેર ટકા.

મેં સાંભળ્યું છે કે એક ઘરમાં એક માણસ બે વર્ષથી પેરાલિસિસથી પીડાય છે - તે ઉઠી શકતો નથી કે હલતો નથી. ઉઠવાનો કોઈ પ્રશ્ન નથી - તે સુકાઈ ગયો છે. એક રાત - મધ્યરાત્રિ, ઘરમાં આગ લાગી. તમામ લોકો ઘરની બહાર પહોંચી ગયા છે. ઘરની બહાર ગયા પછી ખબર પડી કે અરે! અમે ઘરના વડાને અંદર છોડી દીધા, હવે શું થશે? પણ તેઓએ જોયું કે સરદાર દોડતો આવી રહ્યો હતો! તે એકદમ ચકિત થઈ ગયો. આગ વિશે ભૂલી ગયા છો. જોયું કે એક ચમત્કાર થયો. બે વર્ષથી પેરાલિસિસથી પીડિત વ્યક્તિ ભાગી રહ્યો છે. તેણે કહ્યું, અરે! તમે- તમે ચાલી શકો છો! તેણે કહ્યું, હું! હું કેવી રીતે ચાલી શકું? તે ત્યાં પાછો પડ્યો. હું ચાલી પણ નથી શકતો.

હાલમાં, લકવાગ્રસ્ત દર્દીઓ પર સેંકડો પ્રયોગો હાથ ધરવામાં આવ્યા છે. લકવાગ્રસ્ત દર્દીને હિપ્નોટાઇઝ કરીને અને બેભાન કરીને ચાલવા માટે બનાવી શકાય છે. અને જ્યારે તે ચાલે છે, ત્યારે તેના શરીરમાં કંઈ

ખોટું નથી, તે સંમોહન હેઠળ ચાલે છે. બેભાન અવસ્થામાં ચાલે છે. અને ભાનમાં આવ્યા પછી લકવો થાય છે. તે ચાલે છે, ભલે તે બેભાન હોય, તે એક વાતનો પુરાવો છે કે તેના અંગોમાં કોઈ સમસ્યા નથી, કારણ કે બેભાન અવયવોને નુકસાન થાય તો તે કેવી રીતે હલનચલન કરી શકે. પરંતુ ભાનમાં આવ્યા પછી તે નીચે પડી જાય છે. તેથી તેનો અર્થ સ્પષ્ટ છે.

ઘણા બહેરા લોકો છે જે ખોટી રીતે બહેરા છે. તેનો અર્થ એ નથી કે તેઓ જાણે છે. તેઓ જાણતા નથી, કારણ કે અચેતન મને તેમને બહેરા બનાવી દીધા છે. આપણે બેભાન રીતે સાંભળીએ છીએ અને જ્યારે સભાન થઈએ છીએ ત્યારે બહેરા થઈ જઈએ છીએ. આ બધા રોગો મટાડી શકાય છે, પરંતુ તેમાં ચમત્કારિક કંઈ નથી - તેના વિશે ચમત્કારિક કંઈ નથી! તે કોઈ ચમત્કાર નથી,

અંદર જે વિજ્ઞાન કામ કરી રહ્યું છે, સાયકોલોજી, તે પણ સંપૂર્ણપણે સ્પષ્ટ નથી. વહેલા કે પછી તે સંપૂર્ણપણે સ્પષ્ટ થઈ જશે અને પછી બધું બરાબર થઈ જશે!

તમે એક સાધુ પાસે ગયા. તને જોઈને તેણે કહ્યું, તારું નામ આમ ને આમ? શું તમે આવા અને આવા ગામમાંથી આવો છો? તમે ફક્ત આશ્ચર્યચકિત હતા. તે ખૂબ જ સારા છે. એમને મારું ગામ, મારું નામ, મારું ઘર કેવી રીતે ખબર પડી? કારણ કે ટેલિપેથી હજુ પણ અવિકસિત વિજ્ઞાન છે. બીજાના વિચારોનું વાંચન હજી સંપૂર્ણ રીતે વિકસિત થયું નથી, પરંતુ મૂળભૂત સિદ્ધાંતો પ્રગટ થયા છે. બીજાના મન વાંચવાનું વિજ્ઞાન ધીમે ધીમે વિકસતું અને સ્પષ્ટ થતું જાય છે. તેના પુરાવા છે, તેને તેની સાથે કોઈ લેવાદેવા નથી. કોઈપણ વાંચી શકશે, આવતીકાલે જ્યારે વિજ્ઞાન થશે, કોઈપણ વાંચી શકશે, હજુ ઘણું કામ થયું છે. અને બીજાના વિચારો વાંચવા ખૂબ જ સરળ બની ગયા છે. ચાલો હું તમને એક નાની ટ્રીક કહું, તમે પણ વાંચી શકો છો. જો તમે એક, બે-ચાર દિવસ તેને અજમાવશો તો તમને ખ્યાલ આવશે કે તે ખૂબ જ સરળ છે. તે બે-ચાર દિવસમાં થઈ શકે છે. પરંતુ જ્યારે તમે રમત જોશો, ત્યારે તમે સમજી શકશો કે એક મોટો ચમત્કાર થઈ રહ્યો છે.

નાના બાળક સાથે બેસો. રાત્રે રૂમને અંધારો કરો. તેને દૂર ખૂણામાં બેસાડો, તમે અહીં બેસો અને તે બાળકને કહો કે અમારા પર નજર રાખે. અને સાંભળવાનો પ્રયાસ કરીને, અમે કંઈક કહેવાનો પ્રયાસ કરીએ છીએ. અને તમારા મનમાં એક શબ્દ લો અને તેને મોટેથી પુનરાવર્તન કરો. અંદર પુનરાવર્તન કરો, ગુલાબ! જોરથી ગુલાબનું પુનરાવર્તન કરો, ગુલાબ, ગુલાબ, ગુલાબ! તમે ત્રણ દિવસમાં જોશો કે બાળક પકડવાનું

શરૂ કર્યું છે. તે ત્યાંથી કહેશે, તમે ગુલાબ કહો છો? પછી ખબર પડશે કે શું થયું છે!

જ્યારે તમે ગુલાબની અંદર ખૂબ જ જોરથી પુનરાવર્તન કરો છો, ત્યારે તેના વિચારોના તરંગો અન્ય લોકો સુધી પહોંચવા લાગે છે. તે માત્ર થોડી ગ્રહણશીલ બનવાની કળા શીખવાની બાબત છે. બાળકો ગ્રહણશીલ હોય છે. પછી વિરુદ્ધ કરવાનું શરૂ કરો, બાળકને એક શબ્દનું પુનરાવર્તન કરવા માટે કહો અને તમે, તે બાજુ પર ધ્યાન કેન્દ્રિત કરો, બેસો અને તેને પકડવાનો પ્રયાસ કરો. જો બાળક ત્રણ દિવસમાં પકડે છે, તો તે જે પુનરાવર્તન કરી રહ્યું છે તે તમે છ દિવસમાં પકડી શકશો. અને જ્યારે એક શબ્દ પકડી શકાય છે, ત્યારે કંઈપણ પકડી શકાય છે.

દરેક વ્યક્તિની અંદર વિચારના તરંગો હાજર છે, તે પકડાઈ રહ્યા છે. પરંતુ તેનું વિજ્ઞાન હજુ બહુ સ્પષ્ટ ન હોવાથી કેટલાક જાદુગરો તેનો ઉપયોગ કરી રહ્યા છે. જેઓ તે યુક્તિ જાણે છે તેઓ કંઈક ઉપયોગ કરે છે. પછી તે તમને તને મુશ્કેલીમાં મૂકે છે.

આ બધામાં કોઈ ચમત્કાર નથી. પૃથ્વી પર ક્યારેય કોઈ ચમત્કાર થયો નથી અને ક્યારેય થશે પણ નહીં. એક માત્ર ચમત્કાર અજ્ઞાન છે, બીજો કોઈ ચમત્કાર નથી! અજ્ઞાન જ ચમત્કાર છે! અને અજ્ઞાનતામાં બધા ચમત્કારો હિપ્નોટિક જ રહે છે. દુનિયામાં વિજ્ઞાન છે, ચમત્કાર નથી. દરેક વસ્તુનું એક કાર્ય, એક કારણ, એક સિસ્ટમ છે. તે જાણવામાં સમય લાગી શકે છે. જે દિવસે જીવન લેવામાં આવશે, તે દિવસે તે ઉકેલાઈ જશે. તે દિવસે કોઈ મુશ્કેલીઓ નહીં આવે.

એક છેલ્લો પ્રશ્ન છે -

એક મિત્રે પૂછ્યું કે તમે કહ્યું કે તમારી ચેતના બગડી ગઈ છે. તેણે પૂછ્યું છે કે, ચેતના એટલે કે આત્મા કેવી રીતે બગડી શકે? આત્મા ક્યારેય બગડી શકે નહીં. તે હંમેશા શુદ્ધ બુદ્ધ છે!

આને થોડું સમજવું યોગ્ય છે. જ્યારે હું કહું છું કે ચેતના વિક્ષેપિત થઈ ગઈ છે, ત્યારે મારો અર્થ એ જ છે કે જેમ સમુદ્ર શાંત અને સ્થિર છે, તોફાન નથી, તો જ તે સમુદ્ર છે. અને જ્યારે તોફાન આવે છે અને મોજાઓ ઉછળે છે અને સમુદ્ર સંપૂર્ણપણે ગાંડો થઈ જાય છે, ત્યારે પણ તે સમુદ્ર છે. પરંતુ વાવાઝોડાને કારણે દરિયો બગડ્યો છે. બેચેન, ચિંતિત બની ગયો છે. બ્રહ્મા સાગર છે. જે શાંત હતો તે પણ મહાસાગર હતો. આ અશાંત વસ્તુ પણ એક મહાસાગર છે. વાસ્તવમાં, પરેશાન થવાની સંભાવના હંમેશા શાંતમાં જ સુપ્ત હોય છે. અસ્વસ્થ વ્યક્તિની અંદર, શાંત થવાની સંભાવના સુષુપ્ત રહે છે. તેથી જ્યારે હું કહું છું. જ્યારે

ચેતના વિક્ષેપિત થાય છે, ત્યારે મારો કહેવાનો અર્થ એ છે કે આપણી અંદર જે કંઈ છુપાયેલું છે તે તોફાનમાં છેં, વ્યગ્ર છે, બીમાર છે, અસ્વસ્થ છે – બેચેનીમાં છે. પરંતુ આનો અર્થ એ નથી કે જો તે અસ્વસ્થતામાં હોય તો તે પાછું ફરી શકશે નહીં. તે પરત ફરી શકે છે. તે શાંતિમાં હોઈ શકે છે, તે શાંત થઈ શકે છે, તે સ્વસ્થ હોઈ શકે છે.

પરંતુ શાસ્ત્રો કહે છે કે આત્મા શુદ્ધ બુદ્ધ છે. તેમનો અર્થ એવો જ છે કે જ્યારે સાગર તોફાનમાં હોય અને કોઈ સાગરને કહે કે, ગાંડા, આ તોફાનમાં રહેવાને તારો સ્વભાવ ન સમજો. તમે શાંત મહાસાગર છો. તેનો અર્થ શું છે? આનો અર્થ એ નથી કે સમુદ્રમાં તોફાન નથી, સમુદ્રમાં તોફાન છે. પણ આપણે સાગરને કહીએ છીએ કે તું આ તોફાનને તારો સ્વભાવ ના સમજ. વૃક્ષ શાંત થઈ શકે છે. તમે માત્ર તોફાન જ નથી, તમે તોફાનની બહાર પણ હોઈ શકો છો.

જેમણે કહ્યું છે કે આત્મા શુદ્ધ છે, બુદ્ધ છે, તે તમને યાદ કરાવે છે કે તમારી આ બિમાર સ્થિતિને તમારી આત્યંતિક સ્થિતિ ન સમજો. આ ફક્ત તમારો દુર્ગુણ છે, તમે અવગુણહીન સ્થિતિમાં પાછા આવી શકો છો. પણ આપણે બહુ સ્માર્ટ લોકો પણ છીએ.

આપણે એવા અવગુણોથી ભરેલા છીએ કે આપણે કહીએ છીએ કે, તે તો શુદ્ધ બુદ્ધ છે, પછી કંઈ કરવાનું નથી. આત્મા શુદ્ધ બુદ્ધ છે, પછી કંઈ કરવાનું નથી. આત્મા સદા શુદ્ધ છે, તો શું કરવાનું છે ? કંઈ કરવાનું નથી.

ભારતને બગાડી રહેલા ઉપદેશોમાં આ સૌથી મોટો ઉપદેશ સાબિત થયો છે. આ ખૂબ જ ઉચ્ચ કથન જે એકદમ સાચું છે અને તેણે ભારતના ચારિત્ર્યને નીચે લાવવામાં, ભારતના વ્યક્તિત્વને નષ્ટ કરવામાં મદદ કરી છે. આપેલ છે કે આપણે શુદ્ધ બુદ્ધ છીએ, તો પછી પ્રશ્ન શું છે? ચોરને પૂછો, તે કહેશે, આત્મા ચોરી કરતો નથી. આ બધી ચોરી વગેરે ભ્રમ છે. તે કોઈ ખૂનીને કહો, તે કહેશે, કોઈ મૃત્યુ પામતું નથી. ન તો કોઈને મારી નાખે છે. ગીતામાં લખ્યું છે, ન હન્યતે હન્યામાને શરીરે - ન તો કોઈ મરે છે, ન કોઈને મારે છે, ન આપણે માર્યા છે, ન કોઈનું મૃત્યુ થયું છે. આત્મા મરતો નથી, આત્મા અમર છે. તમે શું કરશો, તમે આ કેવી રીતે સમજાવશો?

તમે બ્રાહ્મણવાદીને મનાવી શકતા નથી. કારણ કે તે સાચું કહી રહ્યો છે, પરંતુ ખોટા પરિણામો માટે સાચી વસ્તુનો ઉપયોગ કરી રહ્યો છે. ભારતના બ્રહ્મવાદે ભારતના વ્યક્તિત્વને બીમાર બનાવ્યું, કારણ કે તે સાચું હતું. પરંતુ માત્ર કારણ કે તે સાચું છે, તે જરૂરી નથી કે આપણે તેનો સત્ય માટે ઉપયોગ કરીએ. આપણે કહ્યું કે બધું બરાબર છે. પછી કંઈ

કરવાનું રહેતું નથી, એ બધો ભ્રમ છે. આ બધું દુષ્ટ છે, આ બધું વિકાર છે, આ બધું સાચું છે, આ બધું સ્વપ્ન જેવું છે. સત્યમાં ક્યારેય કોઈ વિકાર નથી હોતો, માત્ર સત્ય જ સારું હોય છે.

તેથી, સંતો અને ઋષિઓની પાસે, જ્યાં સમજાવવામાં આવે છે કે આત્મા શુદ્ધ બુદ્ધ છે, બ્રહ્મા કોઈપણ અવગુણ વગરના છે, ત્યાં તમને દરેક રીતે પાપીઓ બેઠેલા જોવા મળશે. તે માથું હકારે છે કે તે એકદમ સાચો છે, મહારાજા! આત્મા કોઈપણ અવગુણ રહિત છે. તે પોતાની જાતને સમજાવે છે કે આત્મા અવ્યવસ્થિત છે, તેથી હવે અવ્યવસ્થિત થવામાં કોઈ ડર નથી, કોઈ ભય નથી. કારણ કે આ બધી વિકૃતિ વગેરે સ્વપ્ન છે. આ મેટા-ફિઝિકલ ચાતુર્ય છે, આ આધ્યાત્મિક અપ્રમાણિકતા છે, જે આપણે કરી શકીએ છીએ, જે આપણે કર્યું છે. તેથી, એક તરફ, ભારત સર્વોચ્ચની વાત કરશે અને બીજી તરફ, તે સૌથી નીચા લોકોનું ઉત્પાદન કરશે.

પશ્ચિમના લોકો અમારા પર વિશ્વાસ કરતા નથી. અમે પ્રાચ્ય ચતુરાઈ કહેવાય છે.

પશ્ચિમના લોકો જાણે છે કે પૂર્વના લોકો બદમાશ છે અને તેનું કારણ એ છે કે જ્યારે પણ તેઓ અમારા સંબંધમાં આવે છે ત્યારે અમે દરેક પ્રકારના તોફાન કરીએ છીએ. હા, જ્યારે બ્રહ્મવાદની વાત આવે છે ત્યારે તે એક બાબતમાં આપણી સાથે સ્પર્ધા કરી શકે તેમ નથી. પછી તેઓ સંપૂર્ણપણે ગુમાવી શકે છે, કારણ કે આપણે યુક્તિ જાણીએ છીએ, કારણ કે બધું અવાસ્તવિક છે, બધું એક સ્વપ્ન છે!

યાદ રાખો, જ્યારે સંસાર એક સ્વપ્ન છે, ચોરી પણ સ્વપ્ન છે અને સંત પણ સ્વપ્ન છે, તો પછી ફરક શું છે? શું બે સપના વચ્ચે કોઈ તફાવત છે? કોઈ ફરક નથી. જ્યારે બધો ભ્રમ છે, તો ખરાબ માણસ પણ ભ્રમ છે, સારો માણસ પણ ભ્રમ છે. શું બે ભ્રમણા વચ્ચે કોઈ તફાવત છે? કોઈ ફરક નથી. અને આત્મા પરિવર્તનહીન છે, હંમેશા તેની સ્થિતિમાં. તે ન તો ક્યાંય આવી કે ન ક્યાંય ગઈ, ન તેણે કોઈ ખરાબ કર્યું કે ન કોઈ સારું કર્યું, તે ચાલવામાં અચલ છે, તે બોલવામાં સ્વતંત્ર છે. પાપ કરવામાં પુણ્ય છે - બસ!

ના, હું નથી - આ પ્રકારની વસ્તુમાં સાથી બની શકતો નથી. આપણે તેને તોડવું પડશે - જો આપણે આ દેશનું પાત્ર બદલવું છે. અને પરિવર્તનના ચોક પર ચારિત્ર્ય એ બધાનો સૌથી મોટો પ્રશ્ન છે. જો પાત્ર બદલવું હોય તો સમજવું પડશે કે આ ખોટું પાત્ર બનાવવા માટે આપણે કઈ યુક્તિઓ વાપરી છે. આખી યુક્તિ એ છે કે આપણે આ પાત્રને કહ્યું છે કે તે માયાનો અંશ છે. જ્યારે માયા સામેલ છે, ત્યારે મામલો સમાપ્ત

થઈ ગયો છે. આ માયાના અંશને કારણે વાત પૂરી થઈ ગઈ. આપણે એવા સાધુઓ બનાવ્યા છે જેઓ દારૂ પીતા હોય છે, ગાંજો પીતા હોય છે અને ભોગ માણતા હોય છે. અને જ્યારે તેમને કહેવામાં આવે છે, ત્યારે તેઓ કહે છે કે આત્મા ક્યારેય આવું કરતો નથી, આત્મા ક્યારેય ગાંજો ખાતો નથી. જો તમે ગાંજો રેડો છો, તો તે નજીક જતો નથી, તે આત્મા સુધી પણ પહોંચતો નથી, ખરું? તમે ગમે તેટલી ગાંજો નાખો, તે હજી પણ શરીરમાં જાય છે. આ શરીર બધું નકામું છે. સાર એ આત્મા છે, એમાં કશું થતું નથી.

આપણા ચારિત્ર્યમાં મૂળભૂત ખામી આપણા બ્રહ્મવાદની છાયામાંથી ઉદભવે છે. ના, તે બ્રાહ્મવાદમાંથી ઉદ્ભવ્યું હોય તેવું શક્ય નહોતું, પણ આપણી પાસે છે! અને આપણે આ સમજવું જોઈએ. ના, આપણે જે છીએ એમાં આપણે સંપૂર્ણપણે અવ્યવસ્થિત છીએ. આપણે જે છીએ તેમાં સંપૂર્ણ પાપ છે. તે સંપૂર્ણ બીમારી છે. પરંતુ આત્મા શુદ્ધ-બુદ્ધ છે, આનો અર્થ શું છે? તેનો અર્થ આત્માની શુદ્ધિ થાય છે.

તે એક અંતિમ સંભાવના છે, તે એક અંતિમ સંભાવના છે, જો આપણે ઈચ્છીએ તો આ બધાની બહાર આપણે શુદ્ધ બુદ્ધ બની શકીએ. આપણે જેવા છીએ તેવા બનવું એ આપણો અંતિમ સ્વભાવ નથી. આ હોવું એ આપણી વિકૃતિ છે. આ પ્રકૃતિથી આપણી વિદાય છે. પરંતુ આપણે પાછા આવી શકીએ છીએ.

જ્યારે આપણે તમને તે વળતરની યાદ અપાવીએ છીએ અને સોનાને કહીએ છીએ કે તમે કચરો નથી, તમે કચરો ન બની શકો. પરંતુ સોનામાં કચરો હોઈ શકે છે. સોનું કચરો ન હોઈ શકે, પણ સોનામાં કચરો હોઈ શકે છે. સોનામાં ધૂળ હોઈ શકે છે, તેમાં માટી હોઈ શકે છે, તેમાં પથ્થર અથવા કાંકરા હોઈ શકે છે. સોનાને આપણે કહીએ છીએ, સોનું, તું ક્યારેય ધૂળ બની શકતો નથી. પરંતુ સોનામાં ધૂળ હોઈ શકે છે. અને જો સોનું સમજે છે કે તે ધૂળ બની શકતું નથી, તો આગમાં જવાની શું જરૂર છે? હું શુદ્ધ બુદ્ધ સોનું છું. જેથી સોનું માટીમાં ભળી જશે. ના, સોનાને આગમાં જવું પડશે. માટી બળી શકે, કચરો બળી શકે, સોનું બચી શકે. આપણે સોનાને જે કહીએ છીએ કે, ‹તું ધૂળ બની શકતો નથી›, આપણે આ તેની અંતિમ સ્થિતિને યાદ કરવા માટે કહીએ છીએ, તે તેની વર્તમાન સ્થિતિની સ્થાપના નથી, તે તેની અંતિમ સ્થિતિનું સ્મરણ છે.

પરંતુ આપણે એ મેમરીનો દુરુપયોગ કર્યો છે. એવું છે કે જો આપણે હોસ્પિટલમાં જઈએ અને લોકોને કહીએ કે આત્મા સ્વસ્થ છે, તમે હોસ્પિટલમાં શું કરો છો? પરંતુ આત્મા સ્વસ્થ હોવાનું કહેનાર સ્વામી પણ હોસ્પિટલમાં સારવાર લઈ રહ્યા છે. તો પછી, આત્મા સ્વસ્થ છે, તો

તમે શું કરો છો? આ શરીર બીમાર છે, રહેવા દો, જવા દો. આત્મા સ્વસ્થ છે, તેનો અર્થ માત્ર એટલો જ છે કે તે બીમાર થઈ શકે છે. બીમારીની શક્યતા સ્વાસ્થ્યમાં સહજ છે. જે બીમાર ન હોઈ શકે, તે સ્વસ્થ પણ ન હોઈ શકે. વિરોધીની સંભાવના હંમેશા હોય છે, અને દરેક વસ્તુમાં ધ્રુવીયતા હોય છે, દરેક વસ્તુમાં વિરોધ હોય છે. માત્ર મૃત માણસ મરી શકતો નથી. જીવંત વ્યક્તિ મરી શકે છે. જન્મ સાથે મૃત્યુની ધ્રુવીયતા છે. તંદુરસ્ત માણસ બીમાર થઈ શકે છે.

વિપરીત હંમેશા હાજર છે. એ સામેવાળાને ખોટા કહેવું હલકું છે. જો આપણે તેને જૂઠો કહીએ છીએ, તો આપણે તેને બદલવા માટે કંઈ કરીશું નહીં. આ પરિવર્તનના ચોકમાં, સમાજ જ્યાં ઉભો છે, આપણે એ પણ નક્કી કરવું પડશે કે આપણા ભૂતકાળના વિચારોના તર્કથી આપણને આ પાત્ર મળ્યું કે શું, આ પાત્રને ભવિષ્યમાં પણ સાચવવું જોઈએ કે નહીં.

કે આપણે આ પાત્રનું પરિવર્તન કરવું પડશે. જો આ પાત્રનું પરિવર્તન કરવું હોય, તો આપણે પાત્રની પાછળના પરિબળમાં પણ ફેરફાર કરવો પડશે. ફિલસૂફી પણ બદલવી પડશે, વિચારણા પણ બદલવી પડશે. પછી આ પાત્ર બદલાશે, કારણ કે તત્વજ્ઞાન પોતે જ આપણા પાત્રનું વિસ્તરણ બની જાય છે.

અને થોડા પ્રશ્નો રહે છે. ઘણા તમારા મનમાં રહી ગયા હશે, પણ બધા પ્રશ્નોના જવાબ આપવા મારા માટે જરૂરી નથી, તે પણ યોગ્ય નથી. મેં જે પ્રશ્નોના જવાબ આપ્યા તે આશા સાથે આપેલા છે કે તે જવાબો મારા છે અને તમારા નથી અને તમે ભૂલથી પણ તેને તમારો અભિપ્રાય ગણશો નહીં, નહીં તો તમે માન્યતામાં પડી જશો. આ જવાબો મારા છે, અને એવું કોઈ વચન નથી કે મારી પણ આવતીકાલ હશે, કારણ કે હું મારી જાતને મારી સાથે બાંધી શકતો નથી. ફક્ત મૃત માણસ જ તેને બાંધી શકે છે. માત્ર એક મૃત માણસ સુસંગત હોઈ શકે છે, એક જીવંત માણસને અસંગત બનવું પડશે, જે જીવંત છે. મેં આજે જે કહ્યું તે કાલે કેવી રીતે કહીશ, કારણ કે 24 કલાકમાં ગંગાનું ઘણું પાણી વહી જશે. આ જવાબો હું આજે જે છું તેના માટે છે, આવતીકાલે જે હોઈશ તેના માટે નથી. તમારા અસ્તિત્વનો કોઈ પ્રશ્ન નથી. તું જ તું છે, હું હું છું.

પણ મેં આ જવાબો શા માટે આપ્યા છે? મેં જવાબો આપ્યા નથી જેથી તમારા પ્રશ્નો મરી જાય. તમારા પ્રશ્નો વધુ જીવંત બને તે માટે જવાબો આપવામાં આવ્યા છે. તે ખૂબ ચમકવા દો. તમે વિચાર કરવા નીકળો છો, તમારી વિચારવાની યાત્રા શરૂ થાય છે. તેની સાથે ખુશ કે ગુસ્સે થવાનો પ્રશ્ન નથી. મારી વાત સાંભળનારાઓથી આ ભૂલ સતત થાય છે. જ્યારે કોઈ મારી સાથે સંમત થાય છે, ત્યારે તે કહે છે, મેં તમને

સ્વીકાર્યા છે, જ્યારે કોઈ મારા પર ગુસ્સે થાય છે, ત્યારે તે કહે છે, હું તમને સ્વીકારતો નથી. તે બંને મૂર્ખ છે. મારા પર વિશ્વાસ કરવાનો કે ન માનવાનો પ્રશ્ન જ નથી. હું અનુયાયીઓ શોધવા નીકળ્યો નથી, તેથી કોઈ કારણ વગર કોઈ મારો અનુયાયી બની જાય છે, કોઈ મારો દુશ્મન બની જાય છે. મારો કોઈ સંબંધ નથી. હું તમને કહું છું કે તમે વિચારવાનું શરૂ કરો, વિચારવાનું શરૂ કરો. અને જો આ દિવસો દરમિયાન તમારા મનમાં કોઈ વિચાર ઉદ્ભવ્યો હોય, સ્વીકાર નહીં, વિચાર - અસ્વીકાર નહીં, વિચાર, તો આ પરિશ્રમ સાર્થક થયો છે. હું આભારી છું કે તેણે મારી વાત આટલા પ્રેમ અને શાંતિથી સાંભળી અને અંતે હું દરેકની અંદર બેઠેલા ભગવાનને નમન કરું છું. કૃપા કરીને મારી શુભેચ્છાઓ સ્વીકારો!

●●●